Lê Hân

sưu tầm

TUYỂN TẬP NHẠC VIỆT NAM

Tập 1

(Vần A, B, C, D, Đ, E)

Nhân Ảnh

2018

TUYỂN TẬP NHẠC VIỆT NAM
TẬP 1

Nhạc Có Notes do Lê Hân sưu tầm

Bìa: Khánh Trường

Kỹ Thuật: Tạ Quốc Quang

ISBN: 9781989705025

Nhân Ảnh

Xuất Bản

2018

MỤC LỤC
Tập 1

VẦN A

VẦN B

Bài Không Tên Số 7	Vũ Thành An
Bài Không Tên Số 8	Vũ Thành An
Bài Không Tên Số 8	Vũ Thành An
Bài Không Tên Cuối Cùng	Vũ Thành An
Bài Ngợi Ca Tình Yêu	Phạm Đình Chương
Bài Tango Cho Em	Lam Phương
Bài Thánh Ca Buồn	Nguyên Vũ
Bài Thơ Xanh	Phạm Duy
Bạn Lòng	Hoàng Trọng – H. Đ. Phương
Bạn Tôi	Võ Thiện Thanh
Bản Đàn Xuân	Lê Thương
Bản Tình Ca Cho Em	Ngô Thụy Miên
Bản Tình Cuối	Ngô Thụy Miên
Bắc Đẩu	Trần Thiện Thanh Toàn
Bắc Một Nhịp Cầu	Hoàng Trọng – H.Đ. Phương
Bằng Lòng Đi Em	Giao Tiên – Cô Phượng
Bánh Xe Lãng Tử	Trọng Khang
Bao Giờ Biết Tương Tư	Phạm Duy - Ngọc Chánh
Bao Giờ Em Quên	Duy Khánh
Bay Đi Cánh Chim Biển	Đức Huy
Bảy Ngày Đợi Mong	Trần Thiện Thanh
Bây Giờ Tháng Mấy	Từ Công Phụng
Bẻ Bàng	Lê Uyên – Văn Chung
Bên Bờ Đại Dương	Hoàng Trọng – H.Đ. Phương
Bên Cầu Biên Giới	Phạm Duy
Bên Đây Hoàng Hôn	Trường Sa
Bên Đời Hiu Quạnh	Trịnh Công Sơn
Bên Em Là Biển Rộng	Bảo Chấn
Bên Gối Mộng	Phạm Thế Mỹ
Bên Nhau Ngày Vui	Quốc Dũng
Bên Ni Bên Nớ	Phạm Duy – C. T. Tưởng
Bên Sông Đưa Người	Hoàng Trọng – Quang Khải
Bến Cũ	Anh Việt
Bến Mơ	Hoàng Trọng
Bến Xuân	Văn Cao
Bến Xưa	Trường Sa
Bèo Dạt Mây Trôi	Dân Ca Quan Họ
Bi Hài Kịch	Phạm Duy – Thái Luân
Biển Cạn	Nguyễn Kim Tuấn
Biển Mặn	Trần Thiện Thanh
Biển Nhớ	Trịnh Công Sơn
Biển Sầu Mênh Mông	Đăng Khánh
Biển Tình	Lam Phương
Biển Và Em	Ngô Thụy Miên
Biết Bao Giờ Trở Lại	Ngô Thụy Miên
Biết Đâu Cội Nguồn	Trịnh Công Sơn
Biết Tìm Đâu	Tôn Nữ Trà Mi
Biết Đến Bao Giờ	Lam Phương

Biết Trả Lời Sao	Duy Khánh
Biệt Kinh Kỳ	Minh Kỳ - Hoài Linh
Biệt Ly	Dzoãn Mẫn
Bình Minh	Nguyễn Xuân Khoát
Bốn Mùa Thay Lá	Trịnh Công Sơn
Bóng Ai Qua Thềm	Văn Chung
Bóng Chiều Tà	Trần Nhật Bằng
Bóng Chiều Xưa	Dương Thiệu Tước
Bóng Người Đi	Văn Phụng
Bóng Trăng Xưa	Hoàng Trọng – Quốc Bảo
Bông Hoa Rừng	Lê Thương – Thế Lữ
Bông Hồng Cài Áo	Phạm Thế Mỹ - Nhất Hạnh
Bống Không Là Bống	Trịnh Công Sơn
Bức Tâm Thư	Lam Phương
Bình Minh	Song Ngọc
Bướm Hoa	Nguyễn Văn Thương
Buồn Đêm Mưa	Phạm Đình Chương – H.C.
Buồn Đến Bao Giờ	Lê Uyên Phương
Buồn Nhớ Quê Hương	Hoàng Trọng
Buồn Ơi Ta Xin Chào Mi	Nguyễn Ánh 9
Buồn Tàn Thu	Văn Cao
Buồn Trong Kỷ Niệm	Trúc Phương

VẦN C

Các Anh Đi	Văn Phụng
Các Anh Về	Hoàng Thi Thơ
Cánh Hoa Tàn	Phạm Mạnh Cương
Cánh Hoa Xưa	Đăng Khánh
Cành Hoa Trắng	Phạm Duy
Cánh Buồm Xa Xưa	Lời Việt: Phạm Duy
Cánh Thiệp Đầu Xuân	Lê Dinh – Minh Kỳ
Căn Nhà Ngoại Ô	Anh Bằng
Cát Bụi	Trịnh Công Sơn
Cần Thiết	Ngô Thụy Miên – Nguyên Sa
Câu Chuyện Đầu Năm	Hoài An
Câu Chuyện Tâm Tình	Lan Đài
Cây Đàn Bỏ Quên	Phạm Duy
Cây Trúc Xinh	Dân Ca
Chàng Đi Theo Nước	Hiếu Nghĩa
Chị Tôi	Trọng Đài – Đoàn Thị Tảo
Chị Tôi	Trần Tiến
Chiếc Lá Cuối Cùng	Tuấn Khanh
Chiếc Lá Thu Phai	Trịnh Công Sơn
Chiến Sĩ Của Lòng Em	Trịnh Văn Ngân
Chiến Sĩ Vô Danh	Phạm Duy
Chiều	Dương Thiệu Tước – H. D.
Chiều Bên Giáo Đường	Lê Trọng Nguyễn

Chiều Cuối Tuần	Trúc Phương
Chiều Đồng Quê	Khánh Băng
Chiều Hạ Vàng	Nguyễn Nghiêm
Chiều Hành Quân	Lam Phương
Chiều Hôm Nay	Đức Huy
Chiều Làng Em	Trúc Phương
Chiều Một Mình Qua Phố	Trịnh Công Sơn
Chiều Mưa Biên Giới	Nguyễn Văn Đông
Chiều Nay Không Có Em	Ngô Thụy Miên
Chiều Phi Trường	Lê Uyên Phương
Chiều Thương Đô Thị	Song Ngọc – Hoài Linh
Chiều Tiễn Biệt	Ưng Lang – Châu Kỳ
Chiều Tím	Đan Thọ
Chiều Vàng	Nguyễn Văn Khánh
Chiều Vàng Nhung Nhớ	Đức Huy
Chiều Về Trên Sông	Phạm Duy
Chìm Dưới Cơn Mưa	Trịnh Công Sơn
Chinh Phụ Ca	Phạm Duy
Cho Đời Chút Ơn	Trịnh Công Sơn
Cho Lần Cuối	Lê Uyên Phương
Cho Người Tình Lỡ	Hoàng Nguyên
Cho Nhau	Phạm Duy
Chờ Anh Em Nhé	Xuân Tiên – Nhật Bằng
Chờ Người	Lam Phương
Chú Cuội	Phạm Duy
Chủ Nhật Buồn	Lời Việt: Phạm Duy
Chùa Hương	Hoàng Quý
Chúng Mình Ba Người	Song Ngọc – Hoài Linh
Chuyến Bến	Đoàn Chuẩn – Từ Linh
Chuyện Ba Người	Quốc Dũng – Xuân Kỳ
Chuyện Buồn Năm Cũ	Song Ngọc – Hoài Linh
Chuyện Hợp Tan	Quốc Dũng – NDC
Chuyện Cuối Năm	Song Ngọc
Chuyện Tình Buồn	Phạm Duy – Nguyễn Bính
Chuyện Tình Không Suy Tư	Tâm Anh
Chuyến Đò Vĩ Tuyến	Lam Phương
Có Buồn Không Em	Song Ngọc – Kim Tuấn
Có Khi Nào Anh Nhớ Đến	Minh Kỳ - Lê Dinh
Có Đàn Chim	Phan Huỳnh Điểu
Có Những Niềm Riêng	Lê Tín Hương
Có Những Chiều Thu	Phạm Mạnh Cương
Có Phải Em Mùa Thu Hà Nội	Trần Quang Lộc – TN Châu
Cỏ Hồng	Phạm Duy
Cỏ Úa	Lam Phương
Cỏ Xót Xa Đưa	Trịnh Công Sơn
Con Gái	Ngọc Lễ
Con Gái Bây Giờ	Quốc Hùng
Con Đường Màu Xanh	Trịnh Nam Sơn

Còn Một Đêm Nay	Phạm Mạnh Cương
Còn Ta Với Nồng Nàn	Quốc Bảo
Cô Bé Ngày Xưa	Hoài Linh
Cô Bé Có Chiếc Răng Khểnh	Trần Thiết Hùng
Cô Đơn	Nguyễn Ánh 9
Cô Hái Mơ	Phạm Duy – Nguyễn Bính
Cô Hàng Nước	Vũ Minh
Cô Hàng Cà Phê	Canh Thân
Cô Lái Đò	Nguyễn Đình Phúc – N Bính
Cô Láng Giềng	Hoàng Quí
Con Đường Năm Xưa	Nhật Ngân – Lê Hân
Con Đường Tình Ta Đi	Phạm Duy
Con Đường Xưa Em Đi	Châu Kỳ - Hồ Đình Phương
Con Thuyền Không Bến	Đặng Thế Phong
Còn Chút Gì Để Nhớ	Phạm Duy – Vũ Hữu
Còn Gì Nữa Đâu	Phạm Duy
Con Thương Rau Đắng Sau Hè	Bắc Sơn
Con Tuổi Nào Cho Em	Trịnh Công Sơn
Cơn Mưa Phùn	Đức Huy
Cung Đàn Duyên Kiếp	Hoàng Trọng – Duy Viên
Cung Đàn Xưa	Đăng Khánh
Cuộc Tình Đã Mất	Xuân Vinh
Cuối Cùng Cho Một Tình Yêu	Trịnh Công Sơn – Trịnh Cung

VẦN D

Dạ Khúc	Lê Trọng Nguyễn
Da Khúc	Lời Việt: Phạm Duy
Dạ Khúc	Nguyễn Mỹ Ca
Dạ Khúc Cho Tình Nhân	Lê Uyên Phương
Dạ Quỳnh Hương	Phạm Anh Dũng – HNQ Giao
Dạ Tâm Khúc	Phạm Đình Chương – TTT
Dân Ca Thương Binh	Phạm Duy
Dấu Chân Địa Đàng	Trịnh Công Sơn
Dấu Tình Sầu	Ngô Thụy Miên
Dấu Vết Tình Yêu	Ngô Thụy Miên
Dĩ Vãng	Trịnh Nam Sơn
Diễm Xưa	Trịnh Công Sơn
Dốc Mơ	Ngô Thụy Miên
Dù Nghìn Năm Qua Đi	Đăng Khánh
Dư Âm	Nguyễn Văn Tý
Dừng Bước Giang Hồ	Hoàng Trọng
Dứt Đường Tơ	Văn Thủy – Dzoãn Cảnh
Duyên Kiếp	Lam Phương
Duyên Thề	Thanh Trang
Duyên Tình	Xuân Tiên

VẦN Đ

Đã Muộn Rồi	Phạm Mạnh Cương
Đá Xanh	Lê Uyên Phương
Đám Cưới Đầu Xuân	Trần Thiện Thanh
Đàn Bà	Song Ngọc
Đàn Chim Tha Phương	Đức Huy
Để Quên Con Tim	Đức Huy
Đâu Phải Bởi Mùa Thu	Phú Quang – Giáng Vân
Đây Thôn Vỹ Dạ	Phạm Mạnh Cương
Để Gió Cuốn Đi	Trịnh Công Sơn
Để Trả Lời Một Câu Hỏi	Trúc Phương
Đêm Cô Đơn	Khánh Băng
Đêm Đen	Y Vân – Hoàng Huy
Đêm Đô Thị	Y Vân
Đêm Đông	Nguyễn Văn Thương – KM
Đêm Không Cùng	Từ Công Phụng
Đêm Màu Hồng	Phạm Đình Chương – TTT
Đêm Mê Linh	Văn Giảng - Võ Phương Tùng
Đêm Nay Ai Đưa Em Về	Nguyễn Ánh 9
Đêm Này Em Ra Đi	Song Ngọc
Đêm Nguyện Cầu	Lê Minh Bằng
Đêm Say	Vũ Thành An
Đêm Tái Ngộ	Y Vân
Đêm Tàn Bến Ngự	Dương Thiệu Tước
Đêm Thấy Ta Là Thác Đổ	Trịnh Công Sơn
Đêm Trăng Khuya	Đăng Khánh
Đêm Xuân	Phạm Duy
Đến Bên Em	Đức Huy
Đến Em Chiều Qua	Đăng Khánh
Đẹp Giấc Mơ Hoa	Hoàng Trọng – Thanh Nam
Đi Vào Quê Hương	Phạm Duy – Hoa Đất Nắng
Định Mệnh	Song Ngọc
Định Mệnh Buồn	Trần Thiện Thanh
Đò Chiều	Trúc Phương
Đò Dọc	Trầm Tử Thiêng
Đố Ai	Phạm Duy
Đỗ Quỳnh Hương	Đức Huy
Đóa Hoa Vô Thường	Trịnh Công Sơn
Đoàn Lữ Nhạc	Đỗ Nhuận
Đoàn Qua6n Việt Nam	Phan Huỳnh Điểu
Đón Xuân	Phạm Đình Chương
Đôi Mươi	Thanh Sơn – Song Ngọc
Đồi Thông	Y Vân
Đồn Vắng Chiều Xuân	Trần Thiện Thanh
Đời Bỗng Phù Du	Từ Công Phụng
Đời Đá Vàng	Vũ Thành An
Đưa Em Xuống Thuyền	Hoàng Thi Thơ

VẦN E

AI BUỒN HƠN AI

HOÀNG THI THƠ

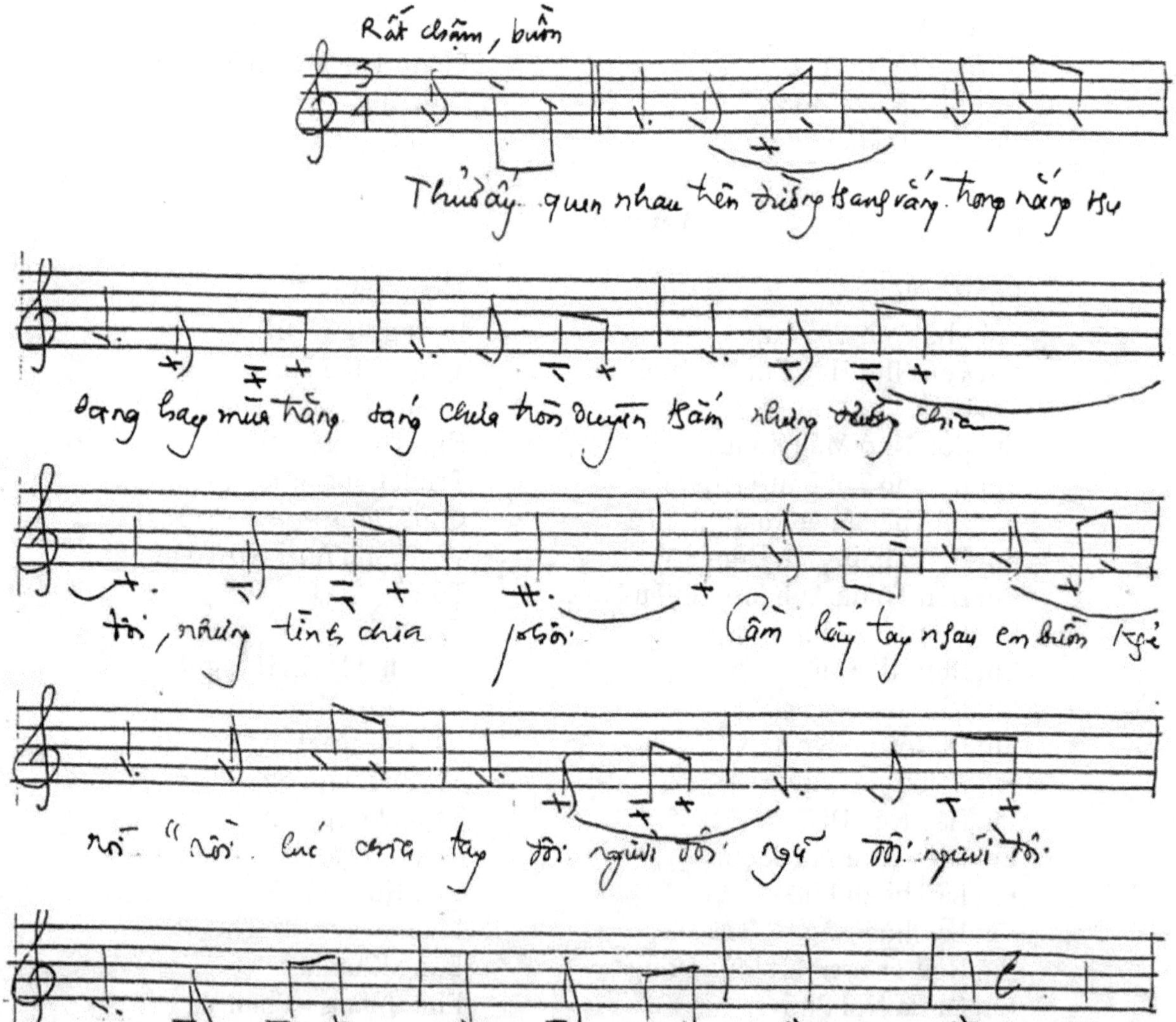

Ai Cho Tôi Tình Yêu

Cm E♭ G7 Cm
đến. Tên gọi tên tình chưa đổ bến nẻo mô mà tìm.
Gm Cm
3
Nằm nghe cô đơn thoáng bước trong buồn. Giá buốt về
E♭ Fm Cm Gm
tìm sao rơi gối đêm. Nhà vắng mang nhiều cay
G7 F Cm
đắng xua hồn đi hoang. Ai cho tôi tình
A♭
3
yêu để làm duyên nụ cười. Tôi xin dâng tình tôi trọn
E♭ Cm G7 Cm
FINE
đời. Người hỡi người, xin đừng e ấp làm tim nghẹn ngào.

Ai đưa em về

Nhạc và lời : NGUYỄN ÁNH 9

G Am D7
ơi! trong tình buồn trọn tin yêu ta đã trao nhau hãy quên niềm
G C
đau. Thời gian ơi! xin dừng lại Thời gian
G A7
ơi! xin dừng lại cho đôi tình nhân yêu trong muộn màng đừng khóc ly
D C Em
tan. Đêm mai anh đưa em về đường khuya sao trời lấp
Am D
lánh Đêm mai anh đưa em về mắt em sao chiếu long
G Em
lanh. Đêm mai anh đưa em về tình yêu bây giờ lên
Am D G
ngôi Đêm mai anh đưa em về ân tình tô thắm bờ môi.

AI LÊN XỨ HOA ĐÀO

Hoàng Nguyên

G7 C Em A7 Dm G7
nào. Ôi! Mầu Hoa Đào như môi hồng người mình yêu.
F G7 D D7
Ôi! Mầu Hoa Đào đã bao lần vì mầu hoa mà lữ khách lắng hồn
G G7 C
3
thơ dừng chân lãng du. Ai lên xứ Hoa Đào đừng
F C Dm
quên mang về một cành hoa. Cho tôi bớt mơ màng chiều
F G7 C F
chiều nhìn mây trôi xa xa. Người về từ hôm nao mà lòng
C Dm C Am
còn thương vẫn thương. Bao nhiêu năm tháng cũ mà hồn nào thôi vấn vương. Giờ
Dm G7 C
FINE
này nhìn sương khói mà thầm mơ mầu hoa trên má ai.

AI NÓI VỚI EM

Minh Kỳ - Huy Cường

D G Em D
mơ. Ai nói với em tình người lính trẻ nồng nàn nhưng nhiều dâu
Bm A7 D B♭
3
bể không như cung đàn lời thơ. Ba lô thay người tình yêu
D B♭ D
3
dấu. Đêm đêm riêng mình nằm gối đầu. Anh thấy nhớ
F♯m G D Bm
3
em, anh thấy mến em. Ước mơ anh là trời cao rót trăng nhuộm vàng làn tóc thương
A7 D G
yêu. Khi lính đã yêu bướm ghen tình thắm. Muôn kiếp vẫn yêu nói chi ngàn
D G Em D
năm. Khi lính đã yêu rừng tàn núi lở tình còn vững bền muôn
Bm A7 D
FINE
thuở bao la như lòng đại dương.

Ai Nói Yêu Em Đêm Nay

Trần Thiện Thanh

[redacted]

G
Bm
duyên. Rồi từng đêm từng đêm. Qua biết tay bao
.....Đời chẳng mong chờ ai. Sắp đến trong tay
Em
Am
G
người một lần son nhạt môi cay đắng thêm trong
người đời chẳng mong chờ ai, không vấn vương tơ
C
Am
G
Em
Am
đời. Tàn một cơn mê bẽ bàng một mình ai. Nghe như
chùng. Tàn một đêm sau qua một bàn cờ vui. Tương lai
A7
D7
trong lòng giông tố đang nuốt sâu. Ai nói yêu em đêm
tan thành sương kín trong nửa khuya. Ai nói yêu em đêm
G
Bm
nay. Ai nói yêu em đêm mai. Ai sẽ yêu em sau
nay. Ai nói yêu em đêm mai. Ai sẽ yêu em sau
D
B7
Em
này. Khi bóng chiều thẫn thờ rơi, vũ trường chợt bừng men
này. Khi xế chiều phấn son phai rã rời cuộc đời buông
Am
D7
G
FINE
say. Ai nói yêu em đêm nay.
say. Ai nói yêu em đêm nay.

AI VỀ SÔNG TƯƠNG

Thông Đạt

D A D A
tới. Nàng say tình mới hồn tôi tơi bời. Nhìn hoa cười đón mừng vui duyên
F#m Bm D
nàng. Tình thơ ngây từ đây nát tan. Hoa ơi!
A D A
Thôi ngưng cười đùa lả lơi. Cùng tôi buồn đắm đừng vui chi
D A Bm E7
tình đầy bao ngày thắm dày xéo tâm hồn nầy lệ sầu hoen ý thu.
A Bm A D Cdim A
2fr.
Ai có về bên bến sông Tương. Nhắn người duyên dáng tôi thương, sao đành nở dứt tơ vương.
Bm A F#7 Bm E7 A
FINE
Ôi! Duyên hờ từ nay bơ vơ. Dây tình tôi nắn cung tơ rứt lòng sầu trách người mơ.

Lento
legg
legg
Andante

ÁNG MÂY CHIỀU

ANH CHO EM MÙA XUÂN

Nguyễn Hiền - Kim Tuấn

A D
lửa. Trong xóm vang chuông chùa. Trăng sáng soi liếp
A F#m
dừa. Con sông dái mấy nhánh. Cát trắng bờ quê
E7 A
xưa. Anh cho em mùa Xuân, trẻ nô đùa khắp
.....Xuân đường hoa vào phố
D A
trời niềm yêu đời phơi phới. Bàn tay thơm sữa
nhỏ nhạc chan hòa đầy đó. Tình yêu non nước
F#m A E7
3.
ngọ, giải đất hiền chim hót, mái nhà xinh kề nhau.
nầy bài thơ còn xao.....
A E7 A
4.
Anh cho em mùa.....
.....xuyến rung nắng vàng ban mai.
A
Anh cho em mùa.... .....mai. Anh cho em mùa
CODA
E7 A
FINE
Xuân. Nhạc thơ tràn muôn lối.

Anh còn cây đàn.

Canh Thân

ngờ cuộc tình duyên sẽ lỡ làng Xa
em câu thề ước ghi trọn đời
Ghi nhớ dù muôn kiếp khó phai
lời Xa em
như một cánh chim lạc cuối trời Ai
nỡ cách chia duyên tình đôi nơi
Đêm nay trời khuya vắng Anh mơ gần bên
nàng Say sưa chia niềm nhớ chia nỗi thương chia mối
sầu cùng nhau đắm giấc mơ vàng Mộng đẹp tuy lìa
tan Nhưng anh còn cây đàn
Gửi lời theo làn gió mong gió đưa về bên nàng nhạc lòng anh reo tiếng
D.S. al Coda
Coda
than Đêm nay trời khuya than
Nhạc lòng anh reo tiếng than Nhạc lòng anh reo cung oán.

Anh Còn Nợ Em

Nhạc và lời: Anh Bằng

54
__ dòng xưa bến cũ dòng xưa__bến cũ______Con sông_êm đềm
60
Anh còn nợ em______chim về núi__ nhạn____ trời__ mờ mưa đêm___ trời mờ mưa
65
__đêm Anh còn nợ em_____ nụ__ hôn___ vội vàng____
70
__ Nụ hôn vội vàng______Nắng chói__qua rèm______________ Anh còn nợ em
76
con tim__ bối__ rối_________ Con tim bối___rối Anh__ còn nợ_em_______
81
__ và còn nợ em_____ cuộc tình đã lỡ cuộc tình__ đã lỡ_____
86
__ Anh_còn__________ nợ em____

Anh Đi

Nhạc và Lời : LÊ TÍN HƯƠNG

em và nước mắt khóc chia phôi. Yêu thương như con tàu lìa
khói ga cuộc đời. Anh đi rồi đường dài em bước đơn
côi. Chiếc lá vàng muộn màng rơi lướt trên môi.
Nhớ hôm nào nụ hôn ngây ngất ta trao. Cho nhau tình
nồng ngỡ đến mai sau. Anh đi rồi, tình
ta có lúc chia phôi, như cơn mưa rào, như nắng qua
thôi. Phút cuối cùng gởi người yêu dấu xa xôi,
xin anh mang theo hạnh phúc em một đời./-

ANH ĐI chiến-dịch

PHẠM-ĐÌNH-CHƯƠNG

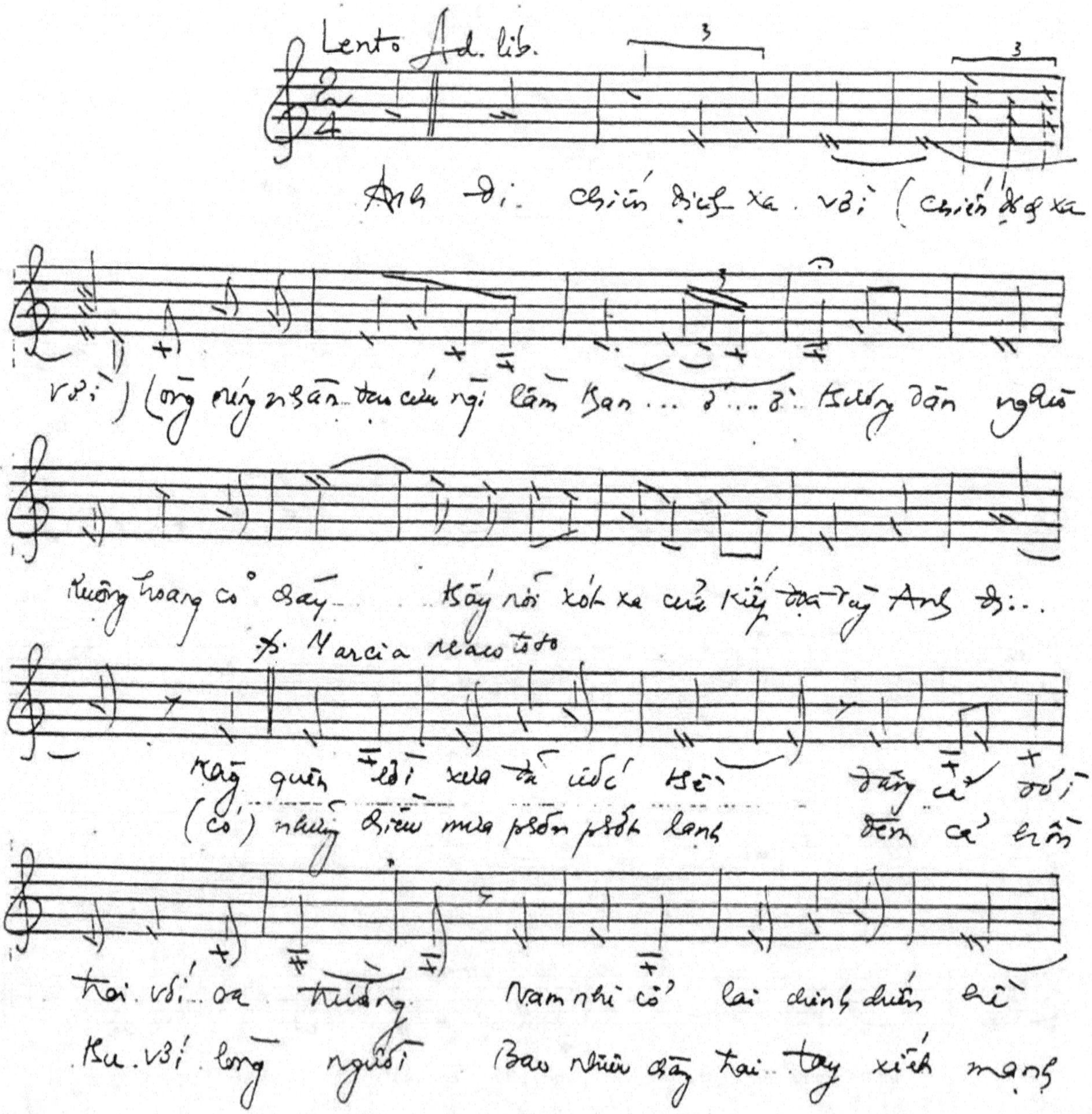

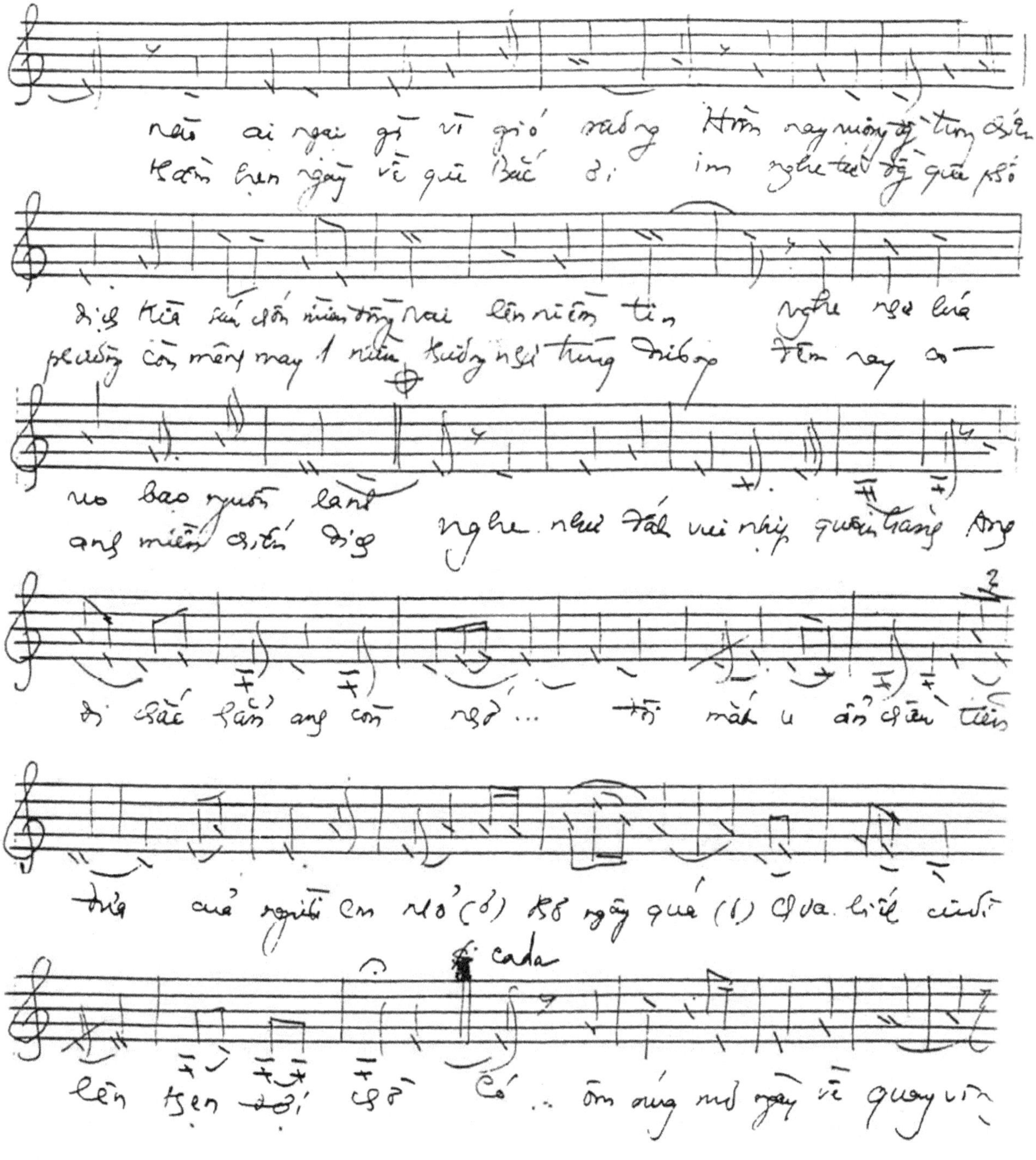

ANH ĐI MAI VỀ

Nhạc và Lời : *Hoàng-Nguyên*

BẢN « ANH ĐI MAI VỀ » DO TINH-HOA ẤN-HÀNH LẦN THỨ BA. NGOÀI NHỮNG BẢN THƯỜNG CÒN IN THÊM 30 BẢN ĐẶC-BIỆT ĐÁNH DẤU TỪ H.N. I ĐẾN XX — T.H. I ĐẾN X ĐỀU CÓ CHỮ KÝ CỦA TÁC-GIẢ VÀ ĐÔNG THIÊN SƠN T.H. ĐỀ TẶNG.

T. H. 371

ANH KHÔNG CHẾT ĐÂU EM

TRẦN THIỆN THANH

(71)

nhạc chánh của phim kịch
TRÊN ĐỈNH MÙA ĐÔNG
do ban Tiếng Hát 20 thực hiện

tiếng hát 20
độc quyền phát hành

chú thích
1/ lời dân gian
2/ lời người chết trở về

Anh Về Với Em

Trần Thiện Thanh

D Bm Em
sương. Mà một lần về thăm bằng vạn ngày gần nhau. Em biết không những
A7 D A7
chiều khi sương thu giăng giăng. Anh nhớ xưa chúng mình hay đi trên đường
Bm Em D Em
vắng. Anh nhớ xưa một lần lặng ngắm áng mây trôi!... Làm người yêu lính
A7 D A+ D Em A7
chiến mấy ai gần nhau. Bây giờ cách xa, chim kia lìa cánh cây kia lìa
D Bm Em A+ D D7
cành. Bây giờ cách xa, đôi đứa đôi miền nhạt nhòa chiều mưa. Xin cho ân tình
Em A7 D Em A7
sẽ bao la như sương đầu núi. Xin cho ân tình sẽ không mau tan như bọt
Bm A7 Gm D
nước. Anh đi.. anh lại về.. Em ơi! Tơ duyên đầu. Xin trăm năm bền lâu.
A7 rall... Gm D FINE
Anh đi anh lại về, em ơi! Tơ duyên đầu, Xin ghi sâu vào tim.

Anh Yêu Em Vào Cõi Chết

Phạm Duy

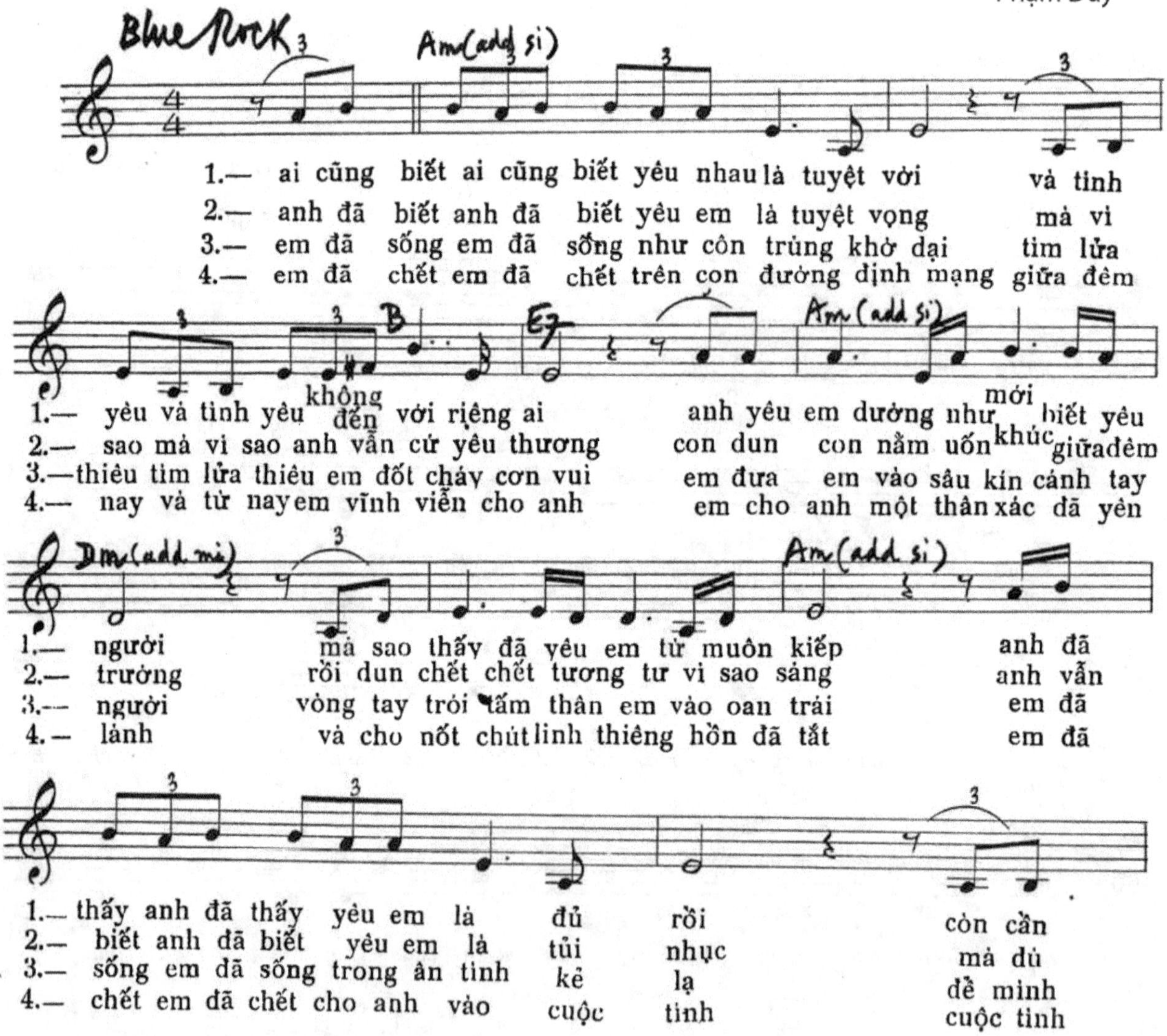

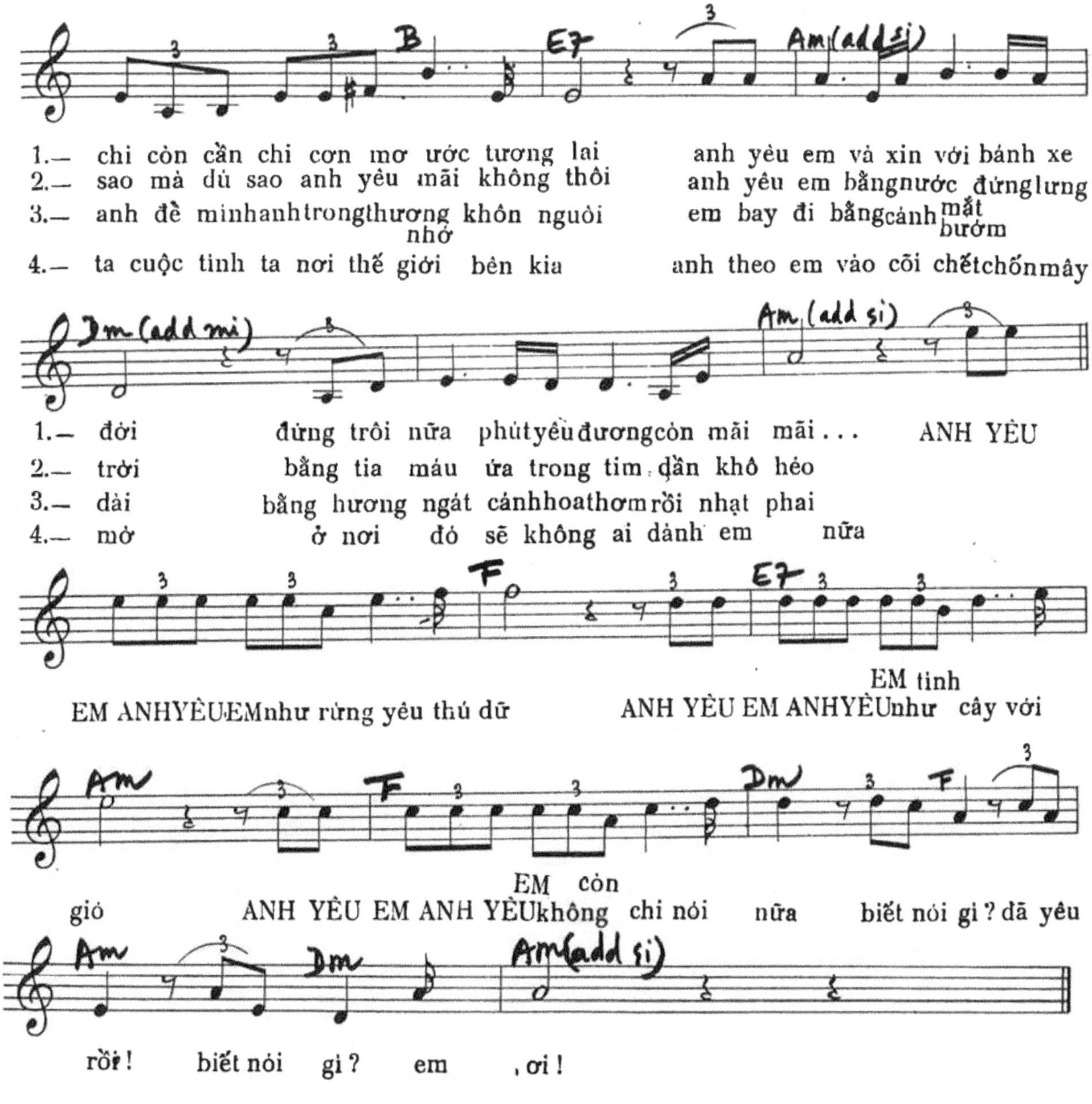
B E7 Am(add si)
1.— chi còn cần chi cơn mơ ước tương lai anh yêu em và xin với bánh xe
2.— sao mà dù sao anh yêu mãi không thôi anh yêu em bằng nước đứng lưng
3.— anh đề mình anh trong thương nhớ khôn nguôi em bay đi bằng cánh mắt bướm
4.— ta cuộc tình ta nơi thế giới bên kia anh theo em vào cõi chết chốn mây
Dm(add mi) Am(add si)
1.— đời đừng trôi nữa phút yêu đương còn mãi mãi... ANH YÊU
2.— trời bằng tia máu ứa trong tim dần khô héo
3.— dài bằng hương ngát cánh hoa thơm rồi nhạt phai
4.— mờ ở nơi đó sẽ không ai dành em nữa
F E7
EM ANH YÊU EM như rừng yêu thú dữ ANH YÊU EM ANH YÊU như cây với EM tình
Am F Dm F
gió ANH YÊU EM ANH YÊU không chi nói EM còn nữa biết nói gì ? đã yêu
Am Dm Am(add si)
rồi! biết nói gì ? em ơi!

ÁNH ĐÈN ĐÊM MƯA

Y - VÂN • HOÀNG-TRỌNG-CẢNH

Người săn sóc đau thương giữa cuộc đời chia với nhau vui buồn
sớm tối, hương ầm trong ly trà luyến ái, vợ hiền dịu dàng trao
tay. Một người ra đi tìm bao vui thú biết sao cho vừa
Vợ hiền héo hắt thương sót thân chồng ; Ai thương kiếp hoa ?
(chỉ) Ngọn đèn trong canh khuya. Trầm ngâm tiếng chuông ngân phò
NHÀ THỜ. Như nhắc ai quay về bên cũ, cho bóng bên song đừng
khóc nữa, đừng buồn vì trời hay mưa

ÁNH ĐÈN MÀU

Boston
Xuân Mỹ
G
Am
D
Đời ca hát ngày tháng cho người mua vui
D+
G
Đời son phấn làm mất bao ngày thơ ngây.
Cùng bên anh màu sắc lạc lõng trong tiếng đàn hát đêm
D7
C
khuya. Rồi bao nếp nhăn về với tháng

D G D+ G
năm đời lãng quên rồi. Buồn trong tiếng nhạc
Am D
lắng cho đời mê ly. Cười trong ánh đèn
D+ G
sáng cho người mua vui. Rồi khi ánh đèn tắt lặng
G7 C
lẽ cô đơn. Chìm theo bóng
Am D+ G
FINE
đêm người ta lãng quên bẽ bàng.

ẢO ẢNH

Y Vân

Boston
Dm A B♭ A7 Dm
Yêu cho biết sao đêm dài. Cho quen với nồng cay.
C Dm C7 F
Yêu cho thấy bao lâu đài. Chỉ còn vài trang giấy.
Dm D7 Gm 3fr. C7
Giòng mực xanh còn đấy. Hứa cho nhiều dù bao lời nói. Đã phai
F A7 Dm
tàn thành mây thành khói, cũng xem như không mà thôi.
Gm 3fr. A7 Dm
Những ân tình em đong bằng nước mắt. Khóc cho đầy hai chữ tình yêu.

F C7 F
Phấn hương nồng anh xem tựa tấm áo. Đã thay màu ân ái từ lâu.
Gm A7 Dm
Những neo thuyền yêu đương thường dễ đứt. Khiến bao chiều trên bến tịch liêu.
F C7 F
Vắng con tàu sân ga thường héo hắt. Thiếu anh lòng em thấy quạnh hiu.
Dm A B♭ A7 Dm
Xưa đêm vắng đưa nhau về. Nay đơn bóng đường khuya.
C Dm C7 F
Khi vui thấy trăng không mờ. Lòng buồn nên trăng úa.
Dm D7 Gm C7
Kìa phồn hoa còn đó. Những con đường buồn vui lộng gió. Những ân
F A7 Dm
FINE
tình chìm trong lòng phố cũng theo hư không mà thôi.

Áo Anh Sứt Chỉ Đường Tà

Thơ Hữu Loan - Phạm Duy phổ nhạc

Không Nhịp
Dm G C Am Dm G C
xong là tôi đi... Cưới vừa xong là tôi đi... Từ chốn xa
Am E7 Dm
xôi nhớ về ái ngại Lấy chồng chiến binh mấy người trở lại ? Mà nhỡ khi mình không
Vào Nhịp-Mạnh
Am Bm E7 Am
về Thì thương người vợ bé bỏng chiều quê. Nhưng không chết người trai chiến sĩ Mà chết
Am F Dm
người gái nhỏ miền suôi (láy thêm 2 lần....
Chậm Buồn
G G7 C E7 Am C
... ...) Hỡi ôi ! Hỡi ôi ! Tôi về không gặp
xưa em hiền
Em Am C/G Fm6 G 1. C 2. C
nàng Má ngồi bên mộ vàng Chiếc bình hoa ngày cưới Đã thành chiếc bình hương. Nhớ
hoà Áo anh em viền tà Nhớ người yêu mầu tím Nhớ người yêu mầu... ... sim !
Cm A♭maj7 rall Cm
Giờ phút lìa đời Chẳng được nói một lời Chẳng được ngó mặt người ! Nàng có ba người

Cm C F C
... sau ! Chiều hành quân qua những đồi (ú) sim Những đồi sim, những đồi sim, đồi
Thu trên những dòng (ú) sông Những dòng sông, những dòng sông, làn
quân qua những đồi (ú) sim Những đoàn quân, những đoàn quân, và
F C Am Dm G 1. & 2. G 3. C Cmaj7
tím hoa sim, tím cả chiều hoang biền biệt... Rồi mùa
gió Thu sang, gió rờn rợn trên mộ vàng Chiều hành
tiếng quân ca có lời nào ru ời... ...ọi ! À ơi ! À ới ! Áo
C7 F C Fm C G C
anh sứt chỉ đường tà Vợ anh chết sớm mẹ già chưa khâu ! Những đồi
C F C F C F C
sim, những đồi sim, đồi tím hoa sim, đồi tím hoa sim, đồi tím hoa sim...

Saigon 1970

Nhạc sĩ Phạm Duy
(1921-2013)

ÁO LỤA HÀ ĐÔNG

THƠ: NGUYÊN SA
NHẠC: NGÔ THỤY MIÊN

A B♭ A Gm
vã vào trong hồn mở cửa. Em chợt đến chợt đi anh vẫn
F Gm Dm
biết Trời chợt mưa chợt nắng chẳng vì đâu Nhưng sao
B♭ Gm6 A A7
đi mà không bảo gì nhau Để anh gọi tiếng thơ buồn vọng
Dm
lại. Em ở đâu hời mùa Thu tóc ngắn Giữ hộ
Gm C7 F A To Coda
anh màu áo lụa Hà Đông Anh vẫn yêu màu áo ấy vô
Gm A7 Dm
cùng Anh vẫn yêu màu áo ấy vô cùng.
Coda Gm B♭ A D
cùng Anh vẫn yêu màu áo ấy em ơi!

bà mẹ gio linh

Phạm Duy

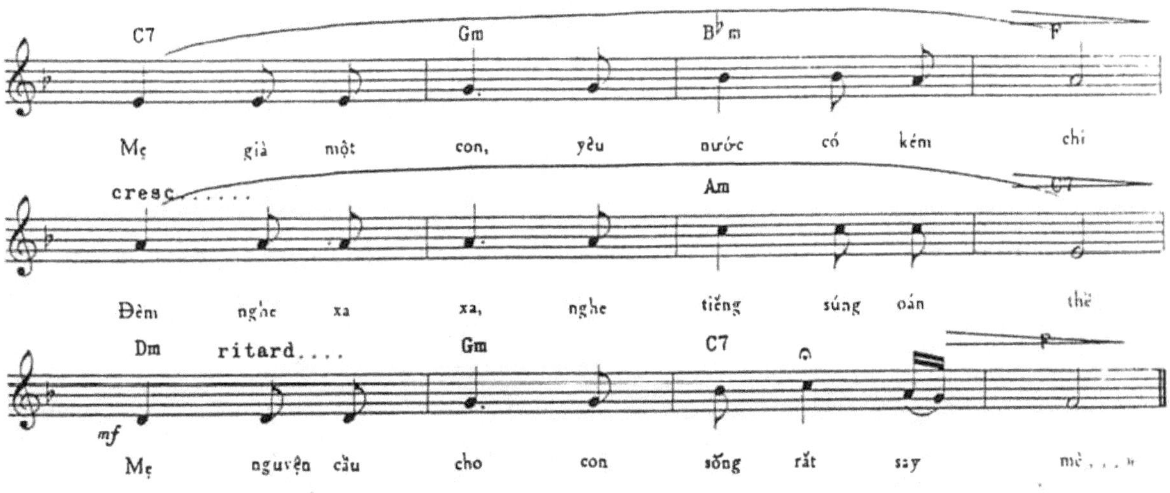

2.— Mẹ già tưới nước trồng rau
Nghe tin xóm làng kêu gào...
Quân thù đã bắt được con
Mang ra giữa chợ cắt đầu
Hò ơi ới ói hò (bis)
Nghẹn ngào không nói một câu
Mang khăn gói đi lấy đầu
Chiều về trên xóm buồn teo
Xa xa tiếng chuông chùa gieo
Hò ơi ới ới hò (bis)
Tay nâng nâng lên
Rưng rức nước mắt đầy
Mẹ nhìn đầu con
Tóc trắng phất phơ bay
Ta yêu con ta
Môi trắng bết máu cờ
Nụ cười hồn nhiên
Đôi mắt ngó trông ta

3.— Mẹ già nấu nước chờ ai
Đêm đêm súng nổ vang trời
Giật mình em bé mồ côi
Khăn tang cũng hoen tiếng cười
Hò ơi ới ới hò (bis)
Đoàn người kéo đến nhà chơi
Khơi vui bếp lửa tơi bời
Mẹ già đi nấu nồi khoai
Bưng lên khói hương mờ bay
Hò ơi ới ới hò (bis)
Khi trông con nuôi
Xúm xít dưới túp nhà
Mẹ nhìn đàn con
Thương nhớ đứa con xưa
Con con con ơi
Uống hết bát nước đầy
Ngày một ngày hai
Con nhớ ghé chơi đây

1948

bà mẹ phù sa

Phạm Duy

MÙA XUÂN 1967

bà mẹ quê

Phạm Duy

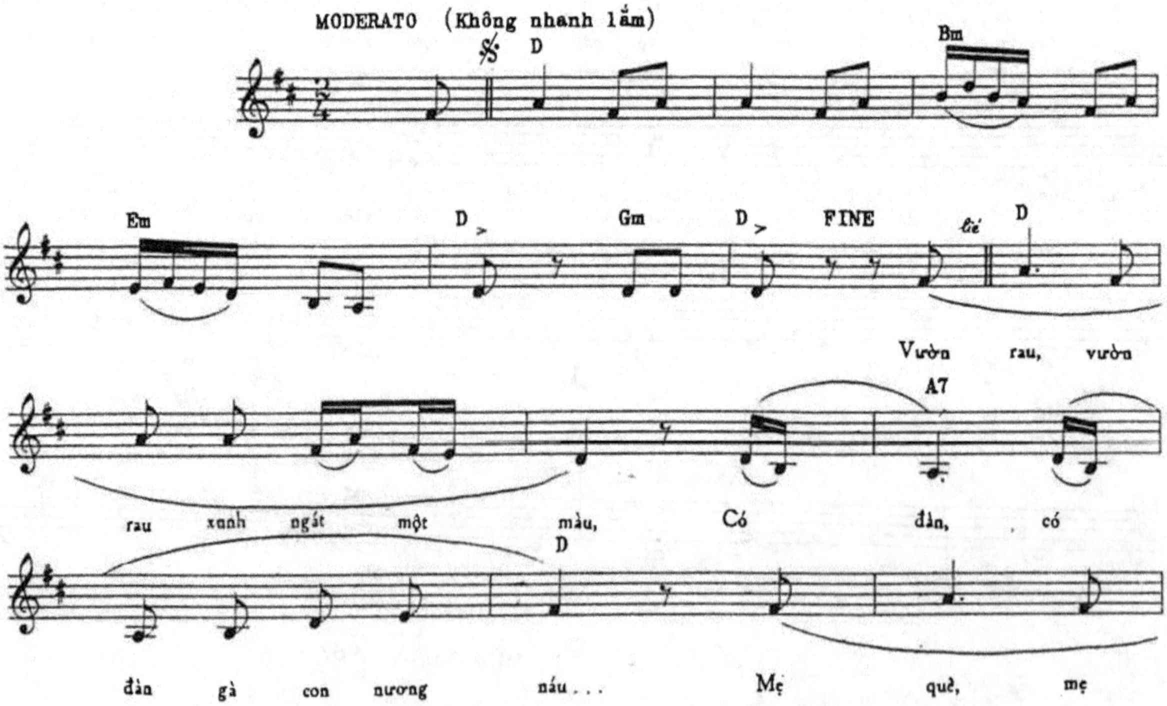

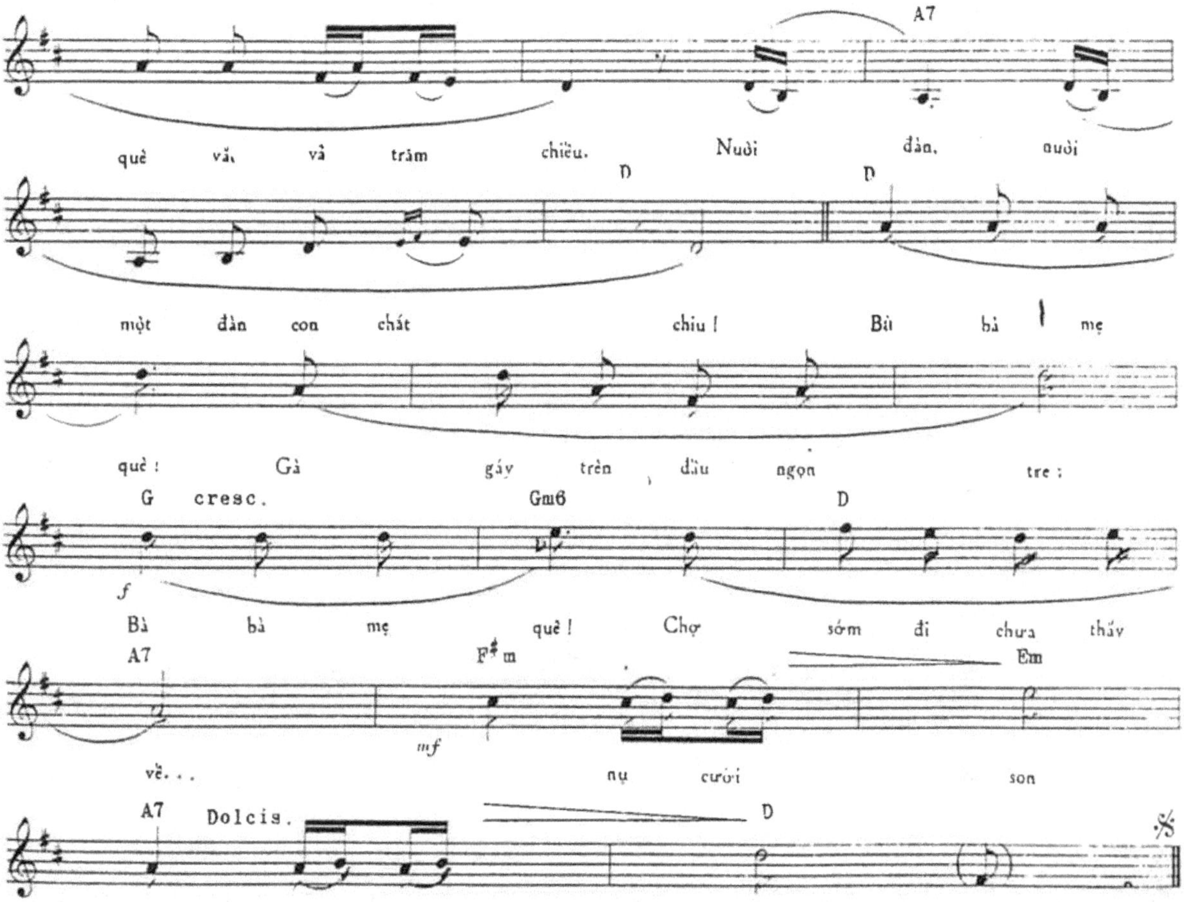
A7
quê vất vả trăm chiều. Nuôi đàn, nuôi
D
D
một đàn con chắt chiu! Bà bà mẹ
quê: Gà gáy trên đầu ngọn tre;
G cresc.
Gm6
D
f
Bà bà mẹ quê! Chợ sớm đi chưa thấy
A7
F#m
Em
mf
về... nụ cười son
A7 Dolcis.
D
và đồng quà ngon...
1953

BÀ RÍ

<u>NGÂM THƠ</u>: *Bồng bồng cõng chồng đi chơi*
Đi đến chỗ lội đánh rơi mất chồng
Cho tôi mượn chiếc gàu sòng
Để tôi tát nước vớt chồng tôi lên

Dân Ca Miền Bắc

Am C Am Dm
ơi. Chồng gì mà chồng bé. Bé tẻo tèo teo.
C
Chân đi thì còng queo, lúc đi phải cõng, lúc khóc phải
Am Dm G Am G
bồng, cái duyên ông chồng làm khổ cái đời tôi, ấy bà Rí
Am G Am C
ơi, bà rằng bà Rí ơi. Chồng gì mà chồng ngáy,
Am Dm
ngáy, ó ò o. Đêm thì nằm
Am C Am
co, làm ăn lười biếng, chẳng lo học hành, cái duyên ông
Dm G Am G Am G Am
FINE
chồng làm khổ cái đời tôi. Ấy bà Rí ơi, bà rằng bà Rí ơi.

Bài hát cho người kỹ nữ.

Nhật Ngân & Duy Trung

Nhạc sĩ Nhật Ngân
(1942-2012)

BÀI CA KỶ NIỆM

TU NHI BANG GIANG

BoLéro

rồi, thì xin ghi đôi lời, dù xa cách phương trời. Ôi! bao năm đã cách
biệt. Anh ra đi vì đất VIỆT, Thì dù xa xôi em nhớ rằng đừng tủi
sầu, làng thôn êm ấm lúc anh về đẹp tình nhau. Vài lời gởi
cho em anh viết nên bài ca, Kỷ - niệm một đêm mưa đêm cuối ba ngày
phép. Ngồi thức suốt đêm dài, thầm ghi câu sum vầy, lòng thương nhớ vơi đầy!

BÀI CHO EM

Nhạc & Lời: TỪ CÔNG PHỤNG
1965

D7 Em G D7 C G
giăng mắc khung trời. Người tìm về trên đó để nhìn làn môi thắm Cớ sao em còn buồn để
D7 G D7 Em D7
mùa thu đến rồi đi. Giòng sông nào vắng xa chưa em ru lên hồn tuổi thơ
G C6 D7 C Am
này thêm một lần chuốc u buồn. Hồn lên ngàn phím tơ vương êm ru em bằng lời ca
G Bm Bm D7 Am6
đêm ru lên tuổi buồn em mang. Giòng sông rồi vắng xa thôi em đời trôi theo ngày
Bm G D7 Bm
tháng mang nhiều kỷ niệm buồn. Tuổi thơ còn có mơ không
D7 Bm7 Em7 G
em hay trôi miệt mài ngày tháng trong cô liêu

Bài Hương Ca Vô Tận

Trầm Tử Thiêng
Saigon, 1966.

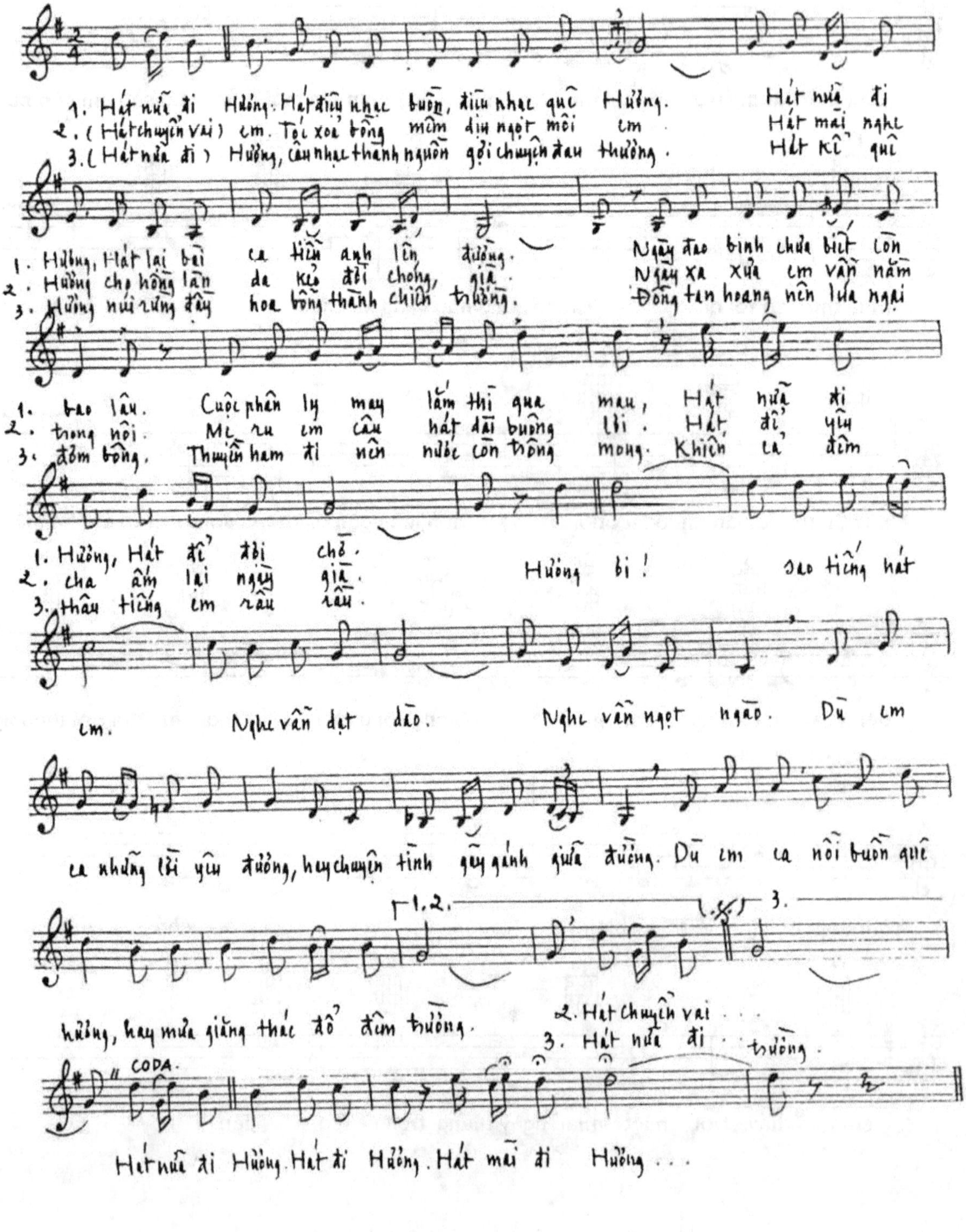

Bài không tên số 1.

Vũ thành An

Bài không tên số 2.

Vũ Thành An

Bài không tên số 3.

Vũ thành An

Bài không tên số 4.

Vũ thành An

Bài không tên số 5.

Vũ Thành An

Bài không tên số 6.

Vũ thành An

Bài không tên số 7.

Vũ thành An

Bài không tên số 8.

Vũ thành An

Bài không tên số 9.

Vũ thành An

BÀI KHÔNG TÊN CUỐI CÙNG

Vũ Thành An

Am C E7 F
khóc. Có làm em nhớ những khi mình mặn nồng. Này em hỡi! Con đường em đi
Am F Am A7 Dm
đó. Con đường em theo đó, đúng hay sao em. Xa nhau rồi, thiên đường thôi
Am C E7 Am
lỡ. Cho thần tiên chấp cánh. Xót đau người tình si. Suốt con
A7 Dm
đường ai dìu lối. Hãy yêu nhiều người em tôi. Xin gửi
Am E7 Dm6 E7 Am
FINE
em một lời chào. Một lời thương một lời yêu lần cuối cùng.

Bài ngợi ca tình yêu

tặng cho chính tôi

Thơ : Thanh tâm Tuyền
Nhạc : Phạm đình Chương

ghi dau đớn trong thân thể Những giòng sông những Dường Cây Núi Nhọn Những Biệt
Ly rạn nứt lòng đường . Hút chặt Mười Ngón Tay Ngón Chân da
thịt như người yêu như người yêu từ chối vùng vằng Những giòng
sông những đường cây núi nhọn những biệt ly những biệt ly rạn nứt lòng
đường . . . Tôi chờ đợi cười lên sặc sỡ la qua mọi ngõi Thành Phố đồng
ruộng bấu lấy tim tôi thành nhịp thở ngõ cụt đường làng cỏ hoa cống
rãnh Cây già đá sỏi bùn nước mặn nồng chảy máu tiếng kêu . . Tôi chờ . kêu

Bài tango cho em

Lam Phương

hơi cháy trong tim nồng nàn. Tiếc thương chi trời rộng thênh
thang. Vương vấn để rồi một đời cưu mang Giờ mình có nhau
rồi. Đời đẹp vì tiếng em cười Vượt ngàn trùng qua bể
khơi, dắt dìu cùng về căn nhà mới. Ta xây vách chung
tình. Nhiều chông gai có tay mình. Xin cám ơn đời con
nhau, ghi sâu phút ban đầu bằng bài Tango cho em.

Bài Thánh ca buồn.

Nguyễn Vũ

Bài Thơ Xanh
Thơ Vi Khuê
nhạc Phạm Duy
Moderato
Andante
Moderato
Xuân 1985

BẠN LÒNG
(1956)

Nhạc: Hoàng Trọng
Lời: Hồ Đình Phương

25
tâm trong câu Ôi không gì êm
29
ấm cho bằng tình bạn vừa kết tâm
32
đầu rồi hẹn đừng có xa nhau
35
Bạn lòng thân mến, đây tôi hiến bài
37
ca mong ai hát vui hòa Bạn là xuân
40
thắm cho tôi đón nhiều hoa, gieo hương mái tranh
42
nhà Rồi ta chung ngắm đôi chim lướt trời
45
xa say sưa muôn tiếng ca Để hồn vui
48
nhớ câu mơ ước ngày
49
xưa nay dâng đẹp tình thơ

Bạn tôi.

nhạc : Võ thiện Thanh
phỏng thơ : Phan minh Tấn

BẢN ĐÀN XUÂN

Nhạc và lời : **LÊ THƯƠNG**

BẢN TÌNH CA CHO EM

NHẠC VÀ LỜI: NGÔ THỤY MIÊN

đến bỗng đời như tan vỡ. Ai đã yêu em những đêm buồn giá
lạnh Và ai âu yếm hát những lời thiết tha trìu mến Ai đã nâng
niu đón đưa ngày tháng dài Giờ đâu còn
nửa ngày vui đã hết Tình ta đã chết. Anh chúc cho
em đời yên vui đắm say Anh chúc cho em dù lòng nghe đắng
cay Một ngày nào đó dẫu tình ta đã
lỡ Một ngày nào đó ta vẫn yêu mãi người thôi.

BẢN TÌNH CUỐI

NHẠC VÀ LỜI: NGÔ THỤY MIÊN

C Bb
thơ. Bên em, bên em ta hát khúc mong
Am G G7
chờ. Ngày nào, người cho ta biết tình yêu đắm
C Am Dm E F G F
say. Ngày nào, đời cho ta biết tình là đắng
E Am
cay. Mưa đã rơi và nắng đã phai trên cuộc
E7 Am Dm F
tình ngây thơ ngày nào. Ta vẫn yêu, hồn ta vẫn say qua bao
G7 C
nhiêu năm tháng ơ thờ. Một ngày nào
E Am Dm
đó tóc xanh xưa bạc màu. Một ngày nào
E7 Am
đó, ta có thôi hết yêu người.

Bắc Đẩu

Trần Thiện Thanh Toàn
Trần Thiện Thanh

** Tặng anh hùng mũ đen "Bắc Đẩu" Nguyễn Ngọc Bích*

người định mệnh là vì sao lẻ Dậy đi Bắc Đẩu! Dậy đi Bắc Đẩu!
A Coda
Bừng mắt dậy soi sáng thiên thu. Người tên "Bắc Đẩu" chết trận hôm
nao? Một áo quan đóng vội một chuyến cuối phiêu du... "Có thấy dấu chiến
xa của người của hôm qua?" "Có thấy chiếc mũ đen của người lạc trong
Coda
đêm?" Người tên "Bắc Đẩu" chết trận La Vang, liệm xác ba
cresc.
lần... Ngọc bích cũng tan. Chỉ còn vì sao thôi chỉ còn vì sao
Rall...
thôi Cuộc đời vài mươi năm... Người vội về xa xăm...

BẮC MỘT NHỊP CẦU

Trông ai chờ bến giang đầu
Anh lo xây đá bắc cầu cho em,
Ngày mai đất lặng trời êm ;
Đất trời giao hợp, anh em trùng phùng.
H. Đ. P.

Nhạc : **HOÀNG-TRỌNG**
Lời : **HỒ-ĐÌNH-PHƯƠNG**

Tình khúc BẮC MỘT NHỊP CẦU do HOÀNG-TRỌNG sáng tác năm 1956 tại SAI-GON với lời ca của HỒ ĐÌNH PHƯƠNG. Bài này đã do nhà xuất bản TINH HOA ấn hành lần thứ nhất năm 1956 tại SAI-GON.

BẰNG LÒNG ĐI EM

Giao Tiên - Cô Phượng

F
B♭
C
cưới hình đôi bồ câu, khăn vấn nhiều vàng mượt đầu
cưới bà con ngợi khen, dây pháo thả dài nổ rền
nước nhẹ khua tình yêu, chim líu lo chuyền cành điều
Am
Dm
B♭
C
Dm
FINE
Nè. Bằng lòng đi em quê miền tây cây trái xanh mầu.
Nè. Bằng lòng đi em qua mùa trăng ta cưới nhau liền.
Nè. Bằng lòng đi em xuôi Hậu Giang thương Cửu long nhiều.
G
Dm
G
Hỏi mãi sao im re, sao mà làm thinh không muốn
Dm
G
C
nói, anh trắng đêm muỗi kêu lời vo ve. Em biết chưa đông
Am
A7
Dm
Dm
đã về. Nghe gió đưa bụi chuối sau hè Nè. Bằng lòng đi
B♭
C
Dm
em, không lẻ loi đom đóm lập lòe.

BÁNH XE LÃNG TỬ

Trọng Khương

Fox Trot (♩= 130)

Em
A7
D
G
đàn giận đời nào ai mắt xanh? Vó câu bấp
D
G
bênh. Trên đường gian nan chiếc xe lắc
D
Bm7
D
lư ru hồn nghệ sĩ tới nơi xa ngàn. Xe lăn êm
Bm
Em
êm dưới ánh trăng vàng, môi ai say sưa hé mấy cung đàn
A
D7
G
ca lên cho tan nỗi niềm cay đắng. Vui ca lên
A
D
đi trong chiếc xe già sau khi men say lắng mấy cung đàn
A7
D
hồn ta vụt lướt lên trời xanh lam!

BAO GIỜ BIẾT TƯƠNG TƯ

Phạm Duy - Ngọc Chánh

Cm C Em F
rơi.... Tình yêu đã trở lại. Đôi mắt đêm ngày. Vơi hết đọa
C Dm G7 C A7 Dm G7
đày. Tà áo em phơi bầy. Ngón tay em dài. Tiếng yêu không
C Cm A♭ Fm B♭
lời! Ngày nào lòng tôi đã. Biết vui biết buồn. Ôm mối tương
E♭ G7 Cm Fm
cresc.
tư. Ngày nào cánh thiên đường. Đã mở hé. Tình yêu là trái táo
G7 A♭ Cm Fm B♭7
thơm. Tôi ghé răng cắn vào. Miệng môi ngọt đắng. Tình yêu cuối
E♭ Fm6 A♭ G7 Cm
FINE
đường. Là trối trăn cuối cùng. Giấc mơ não nùng vợi tan.

Bao Giờ Em Quên

Duy Khánh

E
là hài xưa in dấu đưa người đẹp ấy sang
Em Em Am7
ngang. Ở nơi này bốn mùa nắng cháy em
Em G E7
ơi. Gió lên ngập bốn, ngập bốn phương
G Em Bm
trời, lối xưa về xa hun hút, Mây chiều gọi nhớ chơi
Em E
vơi. Mai đây đường ra xứ Huế cùng
(Em) ơi ngày mai trở lại cùng
B
em thắp sáng hoa đèn Buồn chi chuyện tình đôi
em thắp sáng trăng nguyền Còn đâu chuyện buồn đôi
C#m 4fr. B E E
FINE
lửa Xin đừng bao giờ em quên. Em....
lửa Duyên tình bao giờ em.... ....quên.

Bay Đi Cánh Chim Biển

Nhạc và Lời: Đức Huy

D G F♯m7
trách cứ em Khi mặt trời đậu
đón bước em Quay mặt lại nhìn
Bsus4 B7
trên đôi cánh vỗ
nhau một lần cuối
Am(9) Am7/G Cmaj7
Theo tiếng hát của người thủy
Bay đi cánh chim biển hiền
B7 Em
thủ lượn trên sóng vỗ về ghềnh
lành chẳng còn giấc mơ nào để
Am D
đá chim bay qua Lang thang cánh
giữ đôi chân em Chẳng còn tiếng
D G
gió chiều buồn trắng men san hô Đất
nói nào để trách cứ em Khi
F♯m7 Bsus4 B7
trời rộng sao em không bến đỗ?
trên đôi cánh vỗ

Em
D
41
Giấc mơ của tôi và cánh chim hải
Am
44
đâu Bay ra khỏi tầm tay và tiếng
Em
B♭m(add2)
47
sóng
Bm(add2)
Dmaj7
Cmaj7
51
B♭m(add2)
Bm(add2)
56
Dmaj7
1. Cmaj7
58
2. Cmaj7
B
63
(Chậm lại...)
Fine

Nhạc sĩ Đức Huy

Bảy Ngày Đợi Mong

Trần Thiện Thanh

Dm
B♭
C
Sáng Chủ Nhật trời trong. Nhưng trong lòng dâng sóng chẳng thấy bóng anh
F
Dm
Am
sang. Nên thứ Hai thu vàng. Nên thứ Ba thu
B♭
Bdim
C
F
tàn, mùa đông thứ Tư sang. Qua thứ Năm nghẹn
Dm
B♭
F
B♭
ngào, giận anh đến thứ Sáu. Quyết em quyết dặn
Gm
C7
F
lòng không nói nửa lời dù là ghét anh. Chiều thứ Bảy mưa
B♭
Gm
Am
F
rơi, ai bảo anh lại tới. Ai bảo anh xin
B♭
C7
F
FINE
lỗi. Ai bảo anh nhiều lời cho áo em lệ rơi.

BÂY GIỜ THÁNG MẤY

Từ Công Phụng

G7 C F C A7
giăng chiều nắng tà. Cho buốt lạnh chúng mình. Em
Dm G7 Am Dm
ơi! Thôi đừng hờn anh nữa. Nhìn nhau buồn vời
G7 Fm6 C G+ 3fr.
vợi để mùa đông buốt giá bờ vai mềm. Bây
C E7 Am Em
giờ tháng mấy rồi hỡi em.? Anh đi tìm
G7 C A7 Dm
mùa xuân trên đời. Mùa đông chết
C Am
đi rồi mùa xuân. Mắt em đẹp trời
B♭ G7 C
FINE
sao cho mình thương nhớ nhau.

BẼ BÀNG

Nhạc và lời : **LÊ YÊN**
VĂN CHUNG

pizz
. . . Xin đừng nhắc những lời êm đềm ấy hết rồi , sao
arco
không cùng chung sống trong yêu đương . Từ ngày còn được gần gũi bên
nhau . Khiến phút ấy qua mất rồi còn đâu . Xin đừng
pizz
nhắc mối tình ban đầu ấy đã đành tan theo cùng mây
arco
khói trong không gian . Từ ngày nào cùng nhau lỡ nhịp
cầu . Mà khiến đến - nay khó lòng gặp nhau . Vì . . .
Coda
rall
mờ ảnh thầm riêng có bóng ta trong giấc mơ .

BÊN BỜ ĐẠI - DƯƠNG

LỜI : HỒ-ĐÌNH-PHƯƠNG

NHẠC : HOÀNG - TRỌNG

BẢN « BÊN BỜ ĐẠI-DƯƠNG » DO TINH-HOA MIỀN NAM ẤN-HÀNH LẦN THỨ HAI. NGOÀI NHỮNG BẢN THƯỜNG CÒN IN THÊM 30 BẢN ĐẶC-BIỆT ĐÁNH DẤU TỪ H.T. & H.Đ.P. I ĐẾN XX — T.H. I ĐẾN X ĐỀU CÓ CHỮ KÝ CỦA TÁC-GIẢ VÀ ĐÓNG TRIỆN SON T. H. M. N. ĐỂ TẶNG.

T. H. M. N. 49

Bên Cầu Biên Giới

Nhạc và lời : Phạm Duy

C G6 C Am
hồ Sống trong lòng người đẹp Tô Châu Hay là chết bên bờ sông Da-
F E Am Dm Am Dm Am
nube những đêm sáng sao. Nhưng đường quá xa vời, hương trời vẫn mê mải Đời
Am F Esus4
tôi sao vẫn còn biên giới ? Lòng tôi sao vẫn ngừng nơi đây ? Ôi
E Am
dòng tóc êm đềm ! Ôi bể mắt đắm chìm ! Đời phong sương cũ .... chỉ
F Dm Esus4 Am
là thương nhớ ! Mộng bến năm xưa .... chỉ là mơ qua !

Lào Kai 1947

bên đây hoàng hôn

nhạc và lời: TRƯỜNG SA

giấc mơ yên bình khi mặt trời còn lên tình yêu thôi thúc giữa bình minh
Mơ về một giòng sông người tìm về với nhau mong chờ . Nhưng chỉ còn là mơ , biển đời sao
biết đâu là bờ chiều xuống mênh mông nơi chân trời xa , ta ngóng theo mây hoàng
hôn , bay đi không cùng . Biển dưới chân ta như đang ngân
nga , hãy nói cho ta điều gì , hay một lời ước hẹn . Một
sớm mai đây ta xây lầu mơ trên bãi hoang vu triều dâng , lầu tan theo
sóng . chỉ thấy bơ vơ trong đêm chơi vơi , ta hát ru ta bùi
ngùi , sầu viễn xứ khôn nguôi .

Bên đời hiu quạnh

Trịnh Công Sơn

Giật mình nhìn tôi ngồi hát bao giờ.
Giật mình nhìn quanh ồ phố xa lạ.
(hưm .... hừm ...
.... hưm)
(hưm .... hừm .... hưm)
Rồi một lần kia khăn gói đi xa
Tưởng rằng được quên thương
Đường nào dìu tôi đi đến cơn say
Một lần nằm mơ tôi
nhớ nơi quê nhà
Lòng thật bình yên mà sao buồn thế
thấy tôi qua đời
Dù thật lệ rơi lòng không buồn mấy
Giật mình nhìn tôi ngồi khóc bao giờ.
Giật mình tỉnh ra ồ nắng lên rồi.
(hưm .... hừm ...
.... hưm)
(hưm ... hưm .... hưm)

Bên em là biển rộng

Nhạc và lời : BẢO CHẤN

Gm
1. F♯dim7
xuân đã qua rất nhanh Còn chăng nỗi đau nỗi đau tuổi
đông đã sang đã sang Tình...
D7/D
2. D7
Gm
Fine
xanh. Tình ...đã ra đi vội vàng
Cm
Gm
Khi anh xa em sóng thôi không xô bờ
E♭
F
B♭
E♭
Khi em xa anh đá chơ vơ Con sông lang thang đã khô
B♭
E♭
D7/D
nơi đầu nguồn Bên em bên em biển đã chết. Tình

bên gối mộng

Phạm-thế-Mỹ

Kiểm duyệt số 4069/XB ngày 30 9 65

« BÊN GỐI MỘNG » CỦA PHẠM - THẾ - MỸ
ẤN - PHẨM SỐ 48 CỦA TẬP « 1001 BÀI CA HAY »
DO TÁC - GIẢ XUẤT - BẢN VÀ GIỮ BẢN - QUYỀN

BÊN NHAU NGÀY VUI

Quốc Dũng

A7 D7 G C
trao nhau trọn tình đắm say. Là la la
Bm Am G7
lá la. Hãy sánh bước với nhau kề bên nhau.
C Bm A7
Nhạc bừng reo khắp nơi. Ta dìu nhau theo tiếng nhạc vui.
D G A7
Mình sống bên nhau vì chưa biết hận sầu. Thì
D7 G
không gian kia là khói thuốc nhiệm mầu. Để mãi đưa ta trôi xa
C A7 D7 G
FINE
bến đợi chờ. Kết hai tâm hồn tràn ước mơ.

Bên Ni Bên Nớ

Thơ Cung Trầm Tưởng - Phạm Duy phổ nhạc

Am C Esus4 Am
ơi có nghe rạn vỡ Vạn mảnh ly tan theo chuỗi (y) cười. Bên
đốt ngón tay chờ đợi Chờ ngày con thơ, thơ cũng ra đời Em
C Am Dm E7 1. Am Fmaj7
tê thành phô tráng lệ Giai nhân nằm khoe loã thể Bên ni phố vắng ôi lòng ngoại
ơi ngoài kia liếp ngỏ Sương rơi ngoài song khép hở
Am 2. Am Fmaj7 Am
ô ! Bên trong kín gió ấm ơi là tỉnh !

Saigon 1958

Bên Sông Đưa Người

Lời: QUANG-KHẢI

Nhạc: HOÀNG-TRỌNG

Tình Khúc " Bến Sông Đưa Người" do Hoàng-Trọng sáng tác năm 1951 tại Hà-Nội, và đã do nhà xuất bản Tinh-Hoa, Huế ấn hành lần thứ nhất năm 1952.

BẾN CŨ

Anh Việt

A7 D F#m A7
làn gió chiều đưa. Xa nhau bến xưa ngày ấy.
G D
Anh như bóng mây hồng trôi, về chốn xa
Em A7 D
vời, lòng nặng nhớ mong. Cố quên sầu thương
Em A7 D
đi, anh nguyền đi theo gió. Chớ buồn khóc
Em A7 D
chi, càng khổ người đi. Bến
F#m G A7 D
ấy chiều sương chờ mong vấn vương lòng ta. Gió cuốn mây
Bm F#m Em A7 D
trôi về đâu. Cố nén lòng sầu bao năm. Bến......

BẾN MƠ

HOÀNG TRỌNG

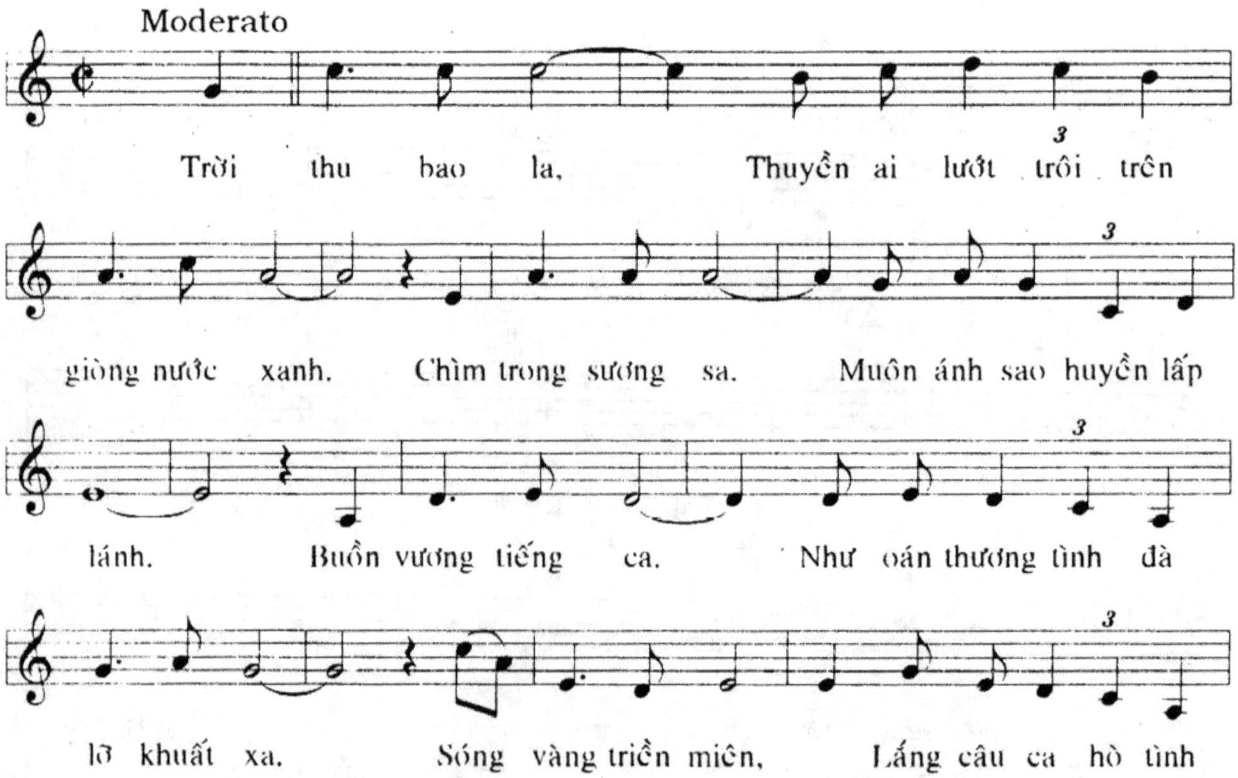

duyên Vài bông lau thưa, nhìn sông vắng ôi tiêu
điều bến mơ. Đàn ai buông tơ, Dưới ánh trăng mờ hơi
sương. Trời thu vấn vương, Theo gió may muôn ngàn
lá úa bay. Tháng ngày chờ mong, Bấp bênh con thuyền trên
giòng. Một chiều thu xưa, Lòng say mê theo gió đưa
Đắm say trên giòng này mơ màng. Tiếng ca trầm lắng

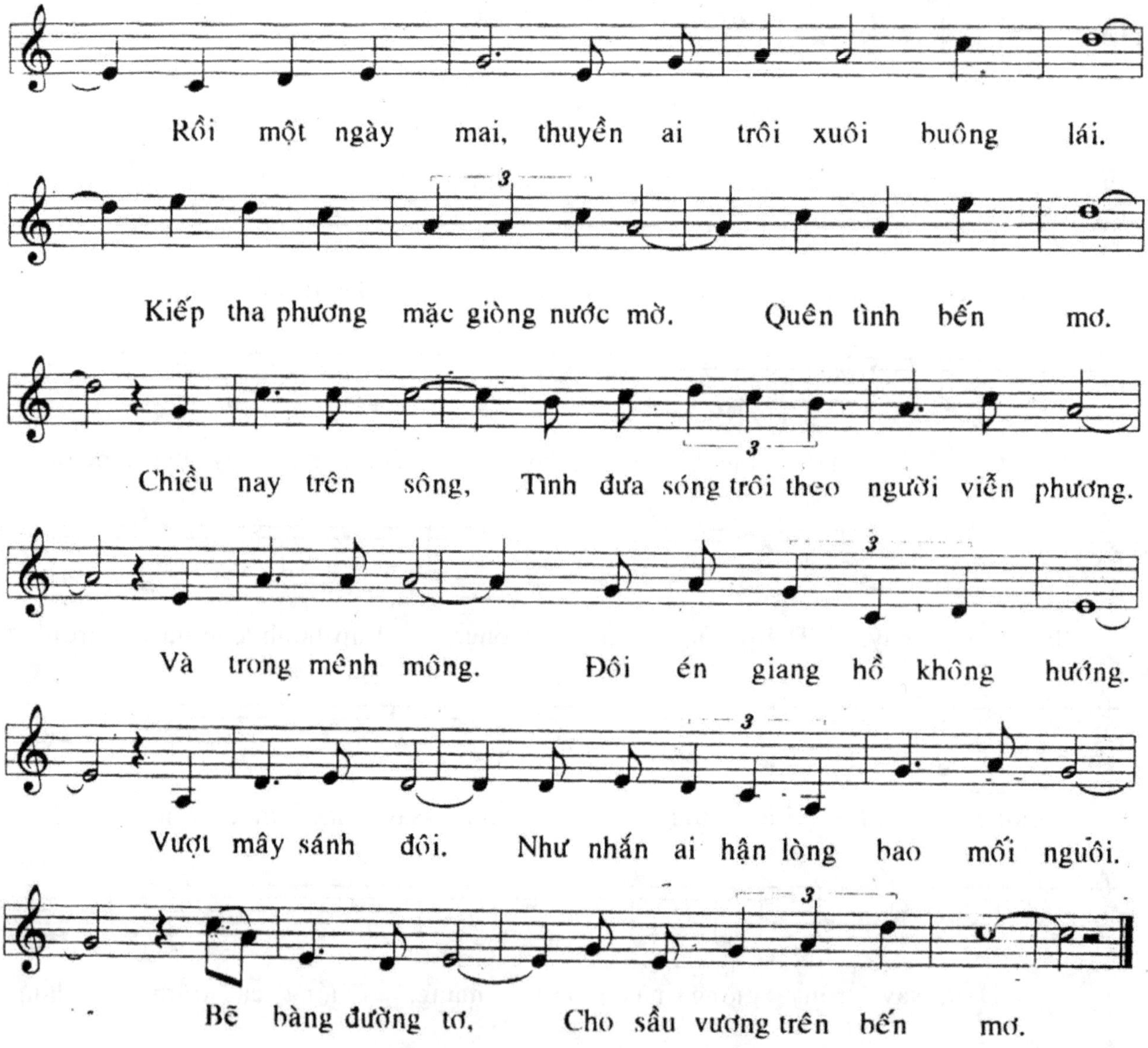
Rồi một ngày mai, thuyền ai trôi xuôi buông lái.
Kiếp tha phương mặc giòng nước mờ. Quên tình bến mơ.
Chiều nay trên sông, Tình đưa sóng trôi theo người viễn phương.
Và trong mênh mông. Đôi én giang hồ không hướng.
Vượt mây sánh đôi. Như nhắn ai hận lòng bao mối người.
Bẽ bàng đường tơ, Cho sầu vương trên bến mơ.

Nhạc sĩ Hoàng Trọng
(1922-1998)

BẾN XUÂN

Văn Cao

B♭ F B♭
đồi. Còn thấy chim ghẹn lời âu yếm. Tới
trùng. Lần bước phiêu du về bến cũ. Tới
D7
đây chân bước cùng ngập ngừng. Mắt em như dáng thuyền soi
đây mây núi đồi chập chùng. Liễu dương hơ tóc vàng trong
F D7
nước. Tà áo em rung theo gió nhẹ thẹn thùng
nắng. Gột áo phong sương du khách còn ngại ngùng
Gm G C
ngoài bến xuân. Sương mênh mông che lấp kín non
nhìn bến xuân.
G D7 G
xanh. Ôi! Cánh buồm đâu còn trên lớp sóng xa.
C G
Ai tha hương nghe ríu rít oanh ca. Cánh nhạn vào mây thiết
Em D7 G
FINE
tha. Lưu luyến tình vừa qua.....

bến xưa

nhạc và lời: TRƯỜNG SA

* Canada tháng 2/2006

BÈO DẠT MÂY TRÔI

Dân Ca Quan Họ

A7 D D
chờ chẳng thấy đâu. Bèo dạt mây (ị)
F♯m7 D7 Bm
trôi, chốn xa xôi, anh ơi! Em vẫn
G Gm6 D F♯m7
đợi bèo dạt. Mây (í ì ị) trôi, anh
Bm G D Bm
ơi! Em vẫn đợi vẫn chờ. Một tin (i)
D Bm
nhắn, hai tin (i) đợi, ba bốn
D A7 Gm6 D
FINE
tin chờ, tin chờ chẳng thấy anh đâu.

bi hài kịch

PHẠM DUY THÁI LUÂN

PHẠM DUY THÁI LUÂN

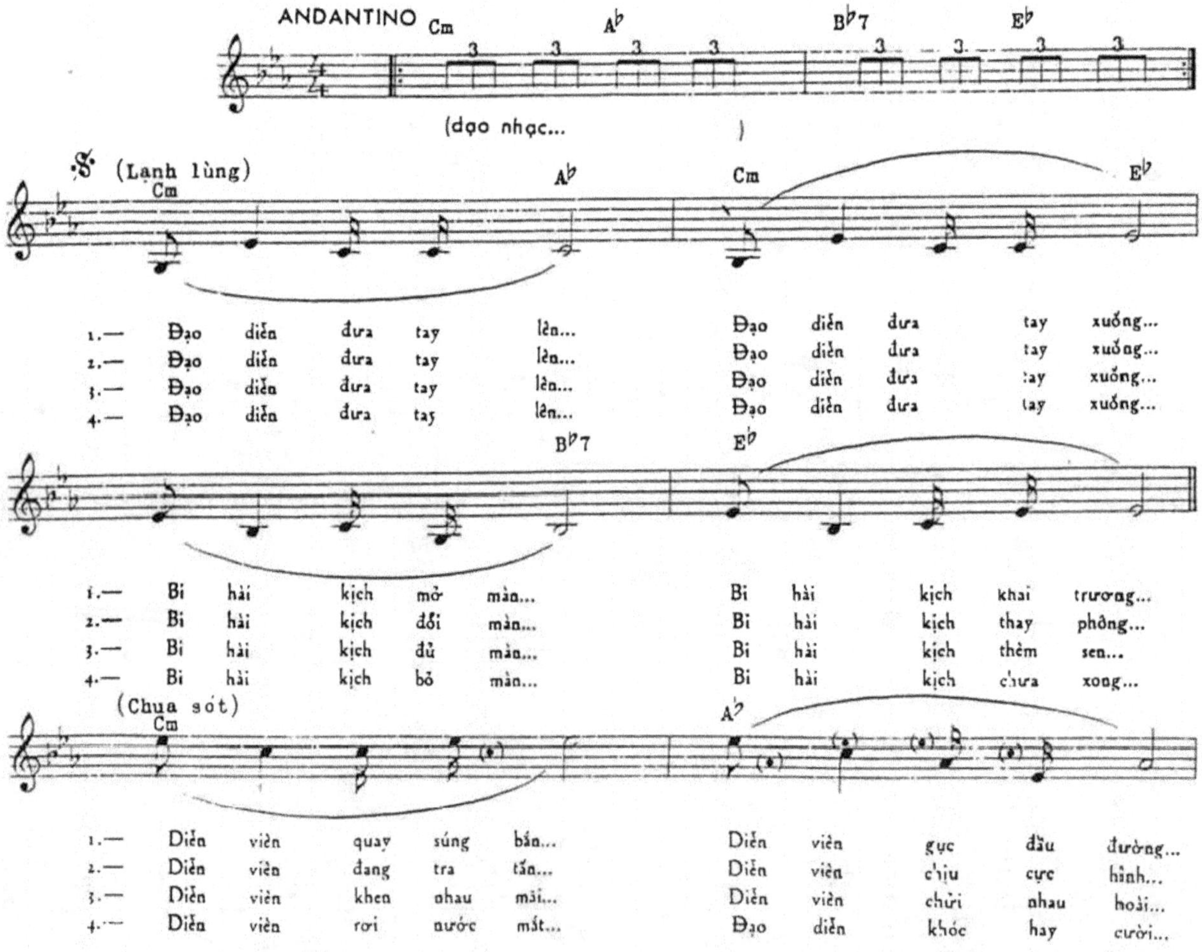

B♭ Gm A♭ poco rall. A♭m
1.— Máu chảy vệt loang loang... Máu chảy vào quê hương...
1.— Mắt nhìn mặt đăm đăm... Mắt nhìn vào xa xăm...
3.— Gió thổi từ muôn nơi... Gió thổi vào đôi tai...
4.— Khán giả thì bưng môi... Khán giả thì im hơi...
A Tº (Tha thiết)
E♭
1.— Quê hương là ruộng đồng... Quê hương là mưa nắng...
2.— Xa xăm là cửa nhà... Xa xăm là ba má...
3.— Tai nghe lời ngọt bùi... Tai nghe lời ân ái...
4.— Ôi bi kịch còn dài.. Trong hay ngoài sân khấu... (Bên)
B♭7 E♭
1.— Quê hương là khoai sắn... Quê hương là cơm ngon...
2.— Xa xăm là vợ ta... Xa xăm là con thơ...
3.— Tai nghe lời nhạc rơi... Tai nghe lời thơ vui...
4.— Trên hay là bên dưới... Ai cũng buồn như nhau...
A♭ cresc.... A♭ E♭
f
ĐẠO DIỄN ĐƯA TAY LÊN... ĐẠO DIỄN ĐƯA TAY XUỐNG...
B♭7 E♭ ritard.....
BI HÀI KỊCH CÒN DÀI... BI HÀI KỊCH CHƯA THÔI.
Huế Xuân 1966

Biển cạn.

Nguyễn Kim Tuấn

Nhạc sĩ Nguyễn Kim Tuấn

BIỂN MẶN

Moderato

Trần Thiện Thanh

D A F#7 G E7
gầy, gió lên từng chiều vàng nàng xõa tóc trên biển xanh. Người
A F#m D
yêu tôi hay khóc trong chiều mưa, lúc màu xanh biển mặn đục sắc
A F#7 Bm D
hương. Bảo yêu anh em muốn chuyện đôi mình như màu xanh biển
E7 A Am
tình trong ngày trời xinh rất xinh. Tôi đến lại
D Am
đi xa vắng đời tôi chiến chinh lâu dài. Miệt mài đường
Dm E7 Am G C
trai vượt truông dài che khuất biển xanh đẹp tựa trong tranh. Gót bùn
Am Dm6 Dm
lầy cho lúa thêm xanh. Trong bao lần quân hành tôi qua vùng khô
E7 Am
FINE
cần mồ hôi thành biển mặn trên môi.

BIỂN NHỚ

Trịnh-Công-Sơn

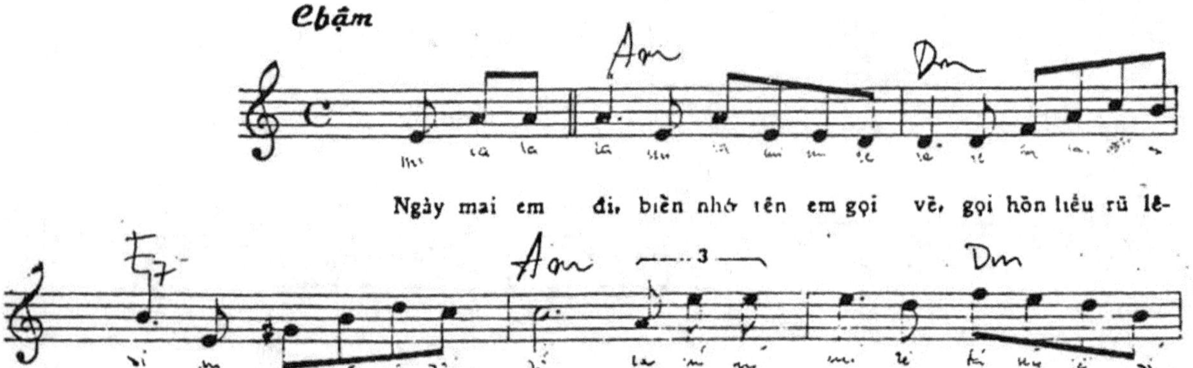

buồn, nghe ngoài biển động buồn hơn. Hôm nao em về, bàn tay buông lối
ngõ, đàn lên cung phím chờ, sầu lên đây hoang - vu. Ngày mai em
đi, biển nhớ tên em gọi về, triều sương ướt đẫm cơn mê, trời cao níu bước sơn
khê. Ngày mai em đi, còn đá rêu phong rũ buồn, đèn phố nghe mưa tủi
hờn, nghe ngoài trời giăng mây luôn. Ngày mai em đi, biển có bâng-khuâng gọi
thầm, ngày mưa tháng nắng còn buồn, bàn tay nghe ngóng tin sang. Ngày mai em
đi, thành-phố mắt đêm đèn vàng, nửa bóng xuân qua ngập-ngừng, nghe trời gió lộng mà thương...
FINE
F
Am
Dm
E7
F(Dm)

Biển Sầu Mênh Mông

Đăng Khánh

F°7 D°7 Em7(♭5) EM7(♭5) Am7(♭5) A♭Maj7
Bão trong lòng Gió âm thầm rất hoang đường giữa một biển sầu mênh mông
G7 Cmin F/C Cmin7 Cmin7/B♭ Dm7(♭5)/A♭
Người ơi có nhớ gì không Ngày mai đã khóc ngàn
G7 A♭Maj7 B♭7/A♭ A♭Maj7
sau Tại sao em vẫn ngồi đây Hỏi
Fmin7 GM7(♭5) C
em Em vẫn chờ ai Có bao
Cmin7 Fmin7 Cmin7 Cmin7 Fmin
giờ máu xương tan núi rừng ươm nắng Có bao giờ đến bên nhau xoá đi biển
Cmin Cmin Cmin
1
sầu Hỏi em Em nhớ gì không Hỏi

Cmin GM7(♭5)/F Cmin Cmin
3
em Em có buồn không Ngồi giữa biển
Cmin F/C Cmin Cmin GM7(♭5)/F
2
em Em nhớ gì không Hỏi em Em có buồn
Cmin Cmin F/C Cmin
không Hỏi em Em nhớ gì không Hỏi
A♭Maj7 A♭Maj7 Fmin GM7(♭5)/F
em Em có buồn không Hỏi em Em có
G7 A♭Maj7 C
Fine
buồn không.

Biển tình.

Lam Phương

BIỂN VÀ EM

NHẠC VÀ LỜI: NGÔ THỤY MIÊN

E Am Dm G7
thôi mà hỏi lòng sao mãi chơi vơi. Bao nhiêu mộng ước có tan theo cùng ngày
C Am Dm F Am
tháng Bao nhiêu tình ái có chết trong cơn mê dài Em vẫn mong
Dm F E E E7
chờ vẫn nhớ thiết tha đầy vơi Anh có bao giờ tiếc nuối xót xa một
Am Am E Am
thời. Nghe trong biển sóng có niềm vui nụ cười hôm qua Sao mưa lạnh
F G7 C A7 Dm F
giá buốt bờ vai tạ từ phôi pha Xin cho lần cuối nụ hôn dồi vòng tay rã
Am F E
rời Người yêu hỡi Anh đã xa xôi để một đời Em nhớ khôn
Am
nguôi.

BIẾT BAO GIỜ TRỞ LẠI

NHẠC VÀ LỜI: NGÔ THỤY MIÊN

Dm Gm C7
về dù hồn nghe tái tê tìm đâu thấy những cơn mộng
F Dm A
mê Một ngày nào đó như cánh chim bạt
Dm Gm B♭
gió có nghe mùa thu qua xót xa tình phôi
A Dm
pha. Tôi vẫn tin tôi vẫn tin mãi sẽ có ngày trở
Dm Gm C7
lại Để cùng em rong chơi tìm những cánh sao
F A
rơi Cho tiếng hát buồn ngày nào nhịp vang phố
B♭ Gm A7 Dm
vui nụ cười về trên nét môi hạnh phúc tôi một góc trời.

Biết đâu nguồn cội

Trịnh Công Sơn

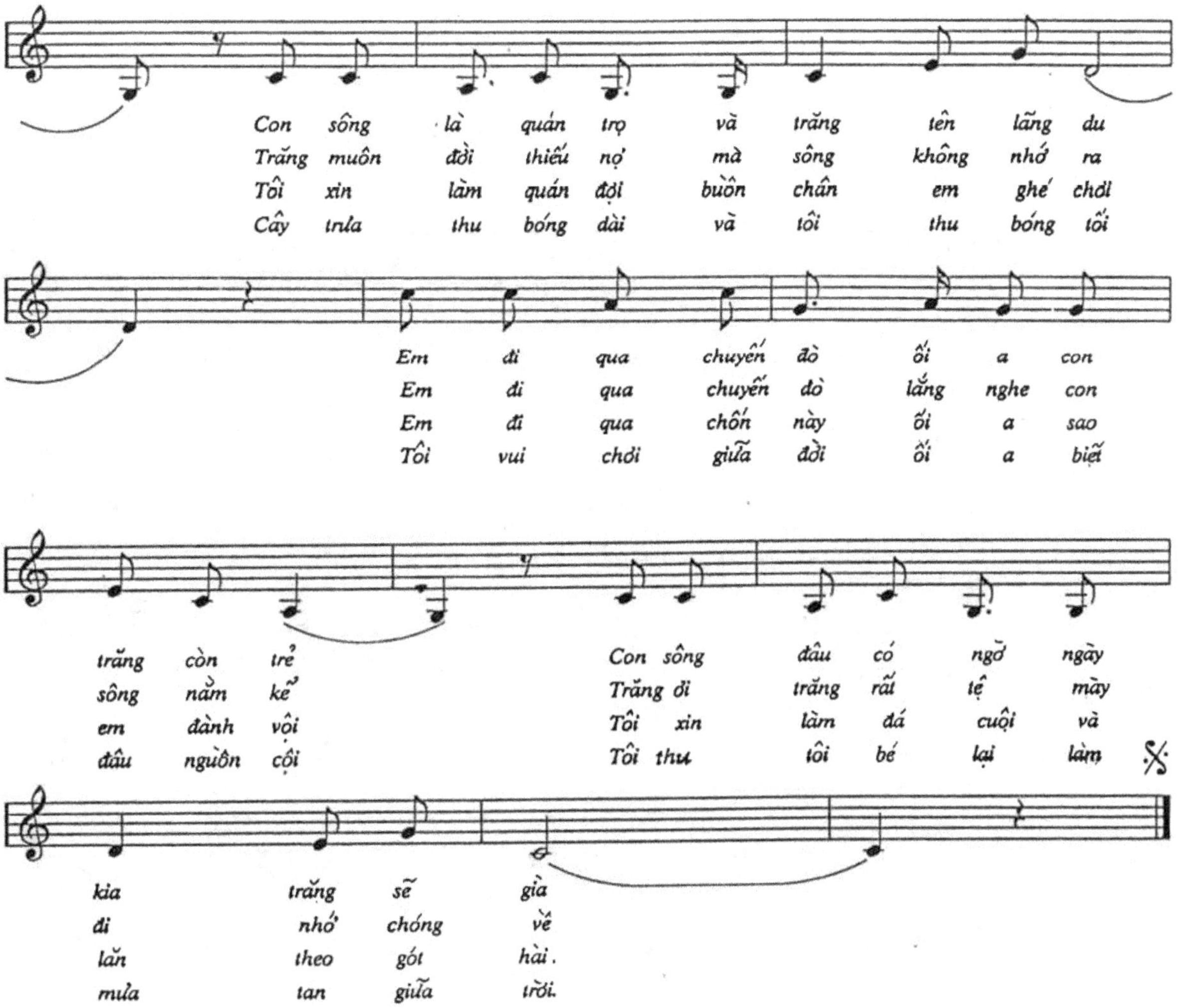
Con sông là quán trọ và trăng tên lãng du
Trăng muôn đời thiếu nợ mà sông không nhớ ra
Tôi xin làm quán đợi buồn chân em ghé chơi
Cây trưa thu bóng dài và tôi thu bóng tối
Em đi qua chuyến đò ối a con
Em đi qua chuyến đò lắng nghe con
Em đi qua chốn này ối a sao
Tôi vui chơi giữa đời ối a biết
trăng còn trẻ
sông nằm kể
em đành vội
đâu nguồn cội
Con sông đâu có ngờ ngày
Trăng đi trăng rất tệ mày
Tôi xin làm đá cuội và
Tôi thu tôi bé lại làm
kia trăng sẽ già
đi nhớ chóng về
lăn theo gót hài.
mưa tan giữa trời.

Biết Đâu Tìm?

Tôn nữ Trà Mi

★

trường . Nhớ người em xưa mầu mắt xanh tình
thơ ngây thường men lối ven sông tìm nhặt cánh hoa tàn
đem về dấu ép rồi cắt cánh thành con tim tìm đem
đến cho tôi để làm chút tin duyên. . . . .
3 3 3 3
Năm năm mỗi lần nghe hè đến Thương tới chốn ấy tìm bóng người em Thương
3 3 3
tới chốn ấy tìm cánh hoa tim Mà chẳng biết đâu tìm !
3 3 3 3
Nên năm năm nhìn hoa phượng thắm Nhìn mái ngói nếp trường cũ đìu hiu Nhìn
3 3 3
FINE
ánh nắng trên giòng nước cô liêu Lòng chợt thấy tiêu điều !

BIẾT ĐẾN BAO GIỜ

Lam Phương

Am B7 Em C B
thâu đêm buồn ơi sao là buồn. Ôi! Ước mơ nhiều cũng thế
Em D G
thôi. Đời chỉ là bạn cùng sương gió.
Am Em Am
Nghe gió đêm từng cơn ru cô đơn. Biết chăng trong đêm nay chiến chinh đem thân
C B Am Em
trai nơi rừng sâu. Cuộc đời chỉ ân ái với cánh thư hồng ấp yêu.
Em B
Rừng là rừng chập chùng giá lạnh trai chiến trường. Đêm nay xa quê
C B Em D
hương, xa lìa tiếng nói người thương. Ngày anh lên đường chiến đấu hoa lòng đã nở tình
G Am B7 Em
FINE
yêu. Nhưng chờ đâu thấy người anh yêu chờ đến Xuân về chiều.

Biết Trả Lời Sao

Duy Khánh

C G D
1.
sâu Đôi bóng chung đầu mong sao duyên mãi xanh màu trong tình dài thương mế
sâu Đôi bóng đôi đầu cho nhau hai tiếng kinh....
Am D D G
2
lâu. Hôm nay mình xa.... ....cầu xin cuộc đời luôn có nhau.
Gm
Khi biết rằng đời trai chiến chinh không hẹn trở lại ngày mai chung tình
B♭ Gm
3
đôi thì em hỏi em bao nhiêu ước mơ trong đời như mây chiều trôi
D7 Gm B♭
nổi như mộng tàn thôi. Biết trả lời sao đêm đêm núi cao rừng
Gm B♭ Cm F Gm
sâu theo bước chân quân hành đi cho nước non thanh bình, Mai đây có ai thươn
Cm D Gm
3
FINE
mình, chí trai công thành, xin trả lời sao.

BIỆT KINH KỲ

Minh Kỳ - Hoài Linh

B♭ E♭ G7 Cm C7
trai. Sắt son ghi lòng chớ phai. Ai đi chinh chiến xây đắp tương
Fm B♭ E♭
lai. Con đi chinh chiến để nước yên vui. Lời mẹ
Fm A♭ G7 Cm G7 C
hiền khuyên nguyện khắc trong tim. Bao giờ dám quên. Bạn ơi! Khi
F
nào ai hỏi đến tên tôi. Đời tôi lính
Dm C Dm
chiến cánh chim tung trời. Ngày nao khi
F C
dất nước hết binh đao. Giữa đoàn hùng binh có tôi đi hàng
G Dm G7 C
FINE
đầu. Trở về thành đô nắm tay ta mừng.... nhau.

BIỆT LY

Dzoãn Mẫn

F C7 Gm C7
Người về u buồn khắp trời. Người ra đi với ngàn nhớ
F B♭ F
nhung. Mấy phút bên nhau rồi thôi. Dáng em sống trong hồn
Dm F C7
tôi. Xa cách nhau ta còn thấy đâu ngày vui. Biệt
F Gm B♭ F
ly biết bao đường tơ. Thánh thót du dương như
Gm C7 F
mơ. Thành sầu tiễn đưa. Biệt ly ước
Gm F
mong hoàng hôn. Êm đềm về cho ấm tâm
C7 Gm F C7 F
FINE
hồn. Người yêu đương cách xa đành sống vui cùng gió sương.

BÌNH MINH

Nhạc và lời : **NGUYỄN XUÂN KHOÁT**

Nhạc sĩ Nguyễn Xuân Khoát
(1910-1993)

BỐN MÙA THAY LÁ

Trịnh Công Sơn

nối đôi tay liền với biển khơi. Đêm chờ ánh sáng, mưa đòi cơn
nắng, Mặt trời lấp lánh trên cao vừa xa vừa gần. Con sông là
thuyền, mây xa là buồm, từng giọt sương thu hết mênh
mông. Những giọt mưa, những nụ hoa, hẹn hò gặp nhau trước sân
nhà. Không hẹn mà đến, không chờ mà đi, bốn mùa thay
lá thay hoa thay mãi đời ta. Bên trời xanh mãi những nụ mầm
mới, để lại trong cõi thiên thu hình dáng nụ cười

BÓNG AI QUA THỀM

Nhạc và lời : **VĂN CHUNG**

Bóng ai qua thềm, vừa nhìn thoáng lướt trên nền trời đêm.
Ngừng đan, em thấy gió lay mành trúc, bóng qua êm đềm.
Cùng cơn gió êm làm xơ tấm áo len trên lòng em.
Lòng em xao xuyến muốn nghiêng mình tránh gió qua bên thềm.
Rồi thời gian ấy qua... Tấm áo em đan chưa xong mà...
Cứ mỗi khi chiều gió lướt qua bên mình thì lòng em
thấy xốn xang vì gió nâng áo lên em kề bên trái tim.
Mùa đông sắp đến gió lay mành trúc, bóng ai qua thềm.

Bóng Chiều Tà

Trần Nhật Bằng

E7
Am
4 2 2 3 4 5 4 3 2 3
sắc tàn. Còn đâu trăng sáng mơ bên vườn lan.
F
Am
Nhưng giấc mơ tan. Tan theo gió bao cung đàn.
G
E7
Đâu dáng duyên xưa. Một chiều thu ta còn nhớ.
Am
A7
Nhớ hồi còn thơ. Tay cầm tay chung ước
Dm
E7
mơ. Nhưng năm tháng ta vẫn mong chờ.
Am
FINE
Chiều sao hờ hững lạnh lùng thờ ơ.

BÓNG CHIỀU XƯA

Dương Thiệu Tước

F
B♭
mong! Một chiều gió mưa. Em về thăm chốn
E♭ 3fr.
Cm 3fr.
F7
xưa. Non nước u buồn nào đâu bóng cố nhân lòng xót xa tình
B♭
FINE
Gm 3fr.
xưa. Lâng lâng chiều mơ. Một chiều bâng
B♭
E♭ 3fr.
khuâng đâu nguồn thơ. Mây vương sầu lan. Gió ơi đưa
Cm 3fr.
F7
B♭
hồn về làng cũ, nhắn thầm lời nguyện ước trong chiều xưa.
Gm 3fr.
B♭
Thương nhau làm chi. Âm thầm lệ vương khi biệt ly.
E♭ 3fr.
Cm 3fr.
Xa xôi còn chi. Vô tình em nhớ mối duyên hờ.
C7
F
F7
Tình như mây khói bóng ai xa mờ. Một chiều ái....

BÓNG NGƯỜI ĐI

Văn Phụng

Nhạc sĩ Văn Phụng
(1930-1999)

BÓNG TRĂNG XƯA

Nhạc : **HOÀNG-TRỌNG**
Lời : **QUỐC - BẢO**

Đã thu-thanh vào đĩa của hãng ASIA
do cô Minh-Diệu trình bày

Tình Khúc: "Bóng Trăng Xưa" do HOÀNG-TRỌNG sáng tác năm 1940 tai NAM-ĐINH với lời thơ của QUỐC-BẢO. Bài này đã do nhà xuất bản TINH-HOA "HUẾ" ấn hành lần thứ nhất năm 1950.

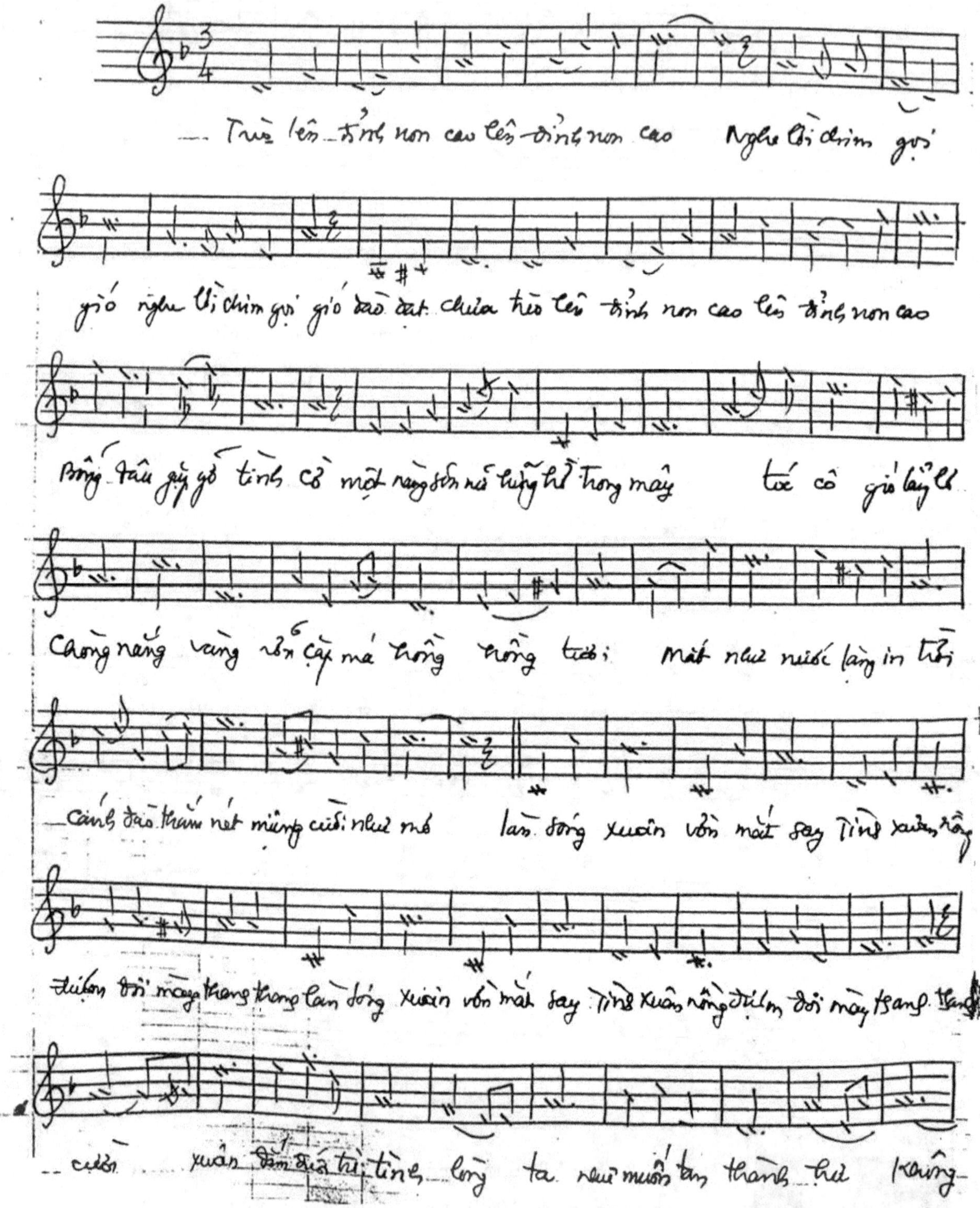

Bông hoa rừng

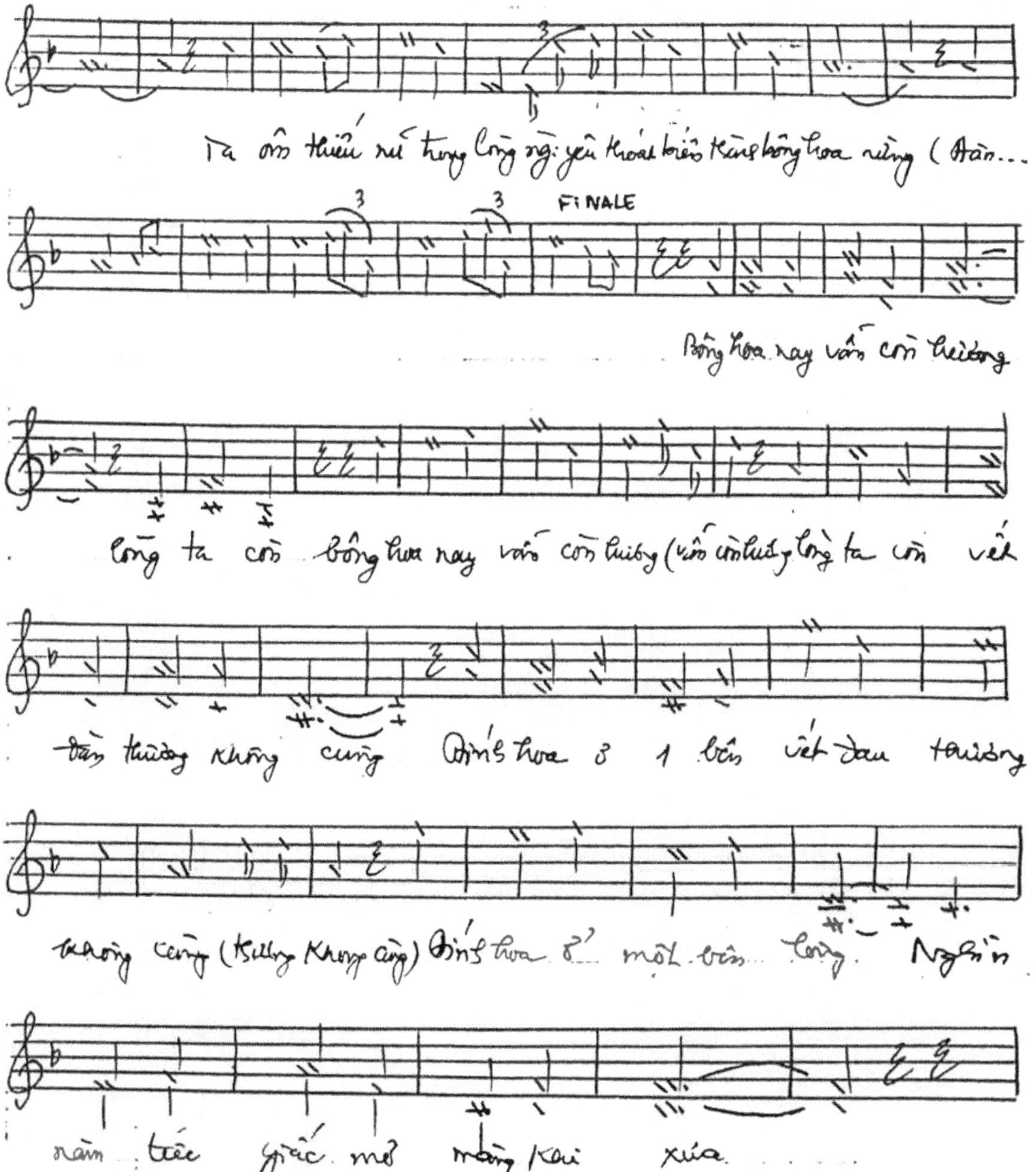

NHẠC LÊ THƯƠNG

LỜI THẾ-LỮ

Bông Hồng Cài Áo

Nhạc: PHẠM THẾ MỸ
Ý: NHẤT HẠNH

hát thần tiền là bóng mát trên cao là mất sáng trăng sao là
chuối buồng cau là tiếng dế đêm thâu là nắng ấm nương dâu là
1
2
ánh đuốc trong đêm khi lạc lối
vốn liếng yêu thương cho cuộc ... đời...
Rồi một chiều nào đó anh
về nhìn mẹ yêu nhìn thật lâu rồi nói nói với mẹ
rằng "Mẹ ơi mẹ ơi mẹ có biết hay không" "Biết gì?" Biết
là biết là con thương mẹ không ? Đóa hoa màu hồng vừa cài lên
áo đó anh Đóa hoa màu hồng vừa cài lên
áo đó em thì xin anh thì xin em hãy
cùng tôi vui sướng đi hãy cùng tôi vui sướng đi

BỐNG KHÔNG LÀ BỐNG

Trịnh Công Sơn

bống không ở trong ao Bống nhảy lên bờ bống đi chơi
ngõ bước nhịp khoan thai Có một con đường bống đi không
(Hết)
phố Nắng vàng ủng hộ cho bống cắn nhà. Tìm
tới Vui buồn hội ngộ trong kiếp con người.
tình Tìm tình trong nắng em gặp cơn mưa Ô
...tình Tìm tình trên núi em gặp mây bay Ô
hay Tìm tình giữa ngọ buồn lưa thưa về. Tìm...
hay Tìm tình giữa chợ tình phai mất... ...rồi. Bống không là...

Bức Tâm Thư

Lam Phương

Fm7 B♭ Cm7
tơ, nhờ trời cam quít đã lên mùa, chờ
Cm7 G7
, ngày dệt xong áo chung tình em đem tới đồn (mà) tặng
Cm7 Cm7
anh. Nguyện cầu tròn năm tròn tháng, nợ
E♭ Cm7 E♭
làng ơn nước (đã) đền xong. Mái nhà chốn quê thanh
Fm7 G7 Cm7
1.
bình. cho anh bước về vui duyên lành. (Vài)
Cm7 E♭ Fm7
2.
....lành. Mái nhà chốn quê thanh bình chờ anh
G7 Cm7
FINE
bước về vui bên em.

Bừng Sáng

Song Ngọc

sans acc
ff
f
bùng cất cao lời... Ô... Ô... Ô... Ô... Tìm cuộc
A Tº
đời xóa bôi hờn oán bên lửa thiêng mến thương vô vàn. Màn
sương đêm buông chơi vơi, lửa rừng khuya sáng soi khung trời cùng
nhau vui đi anh ơi! Biết đâu ngày mai sáng tươi lên rồi; ngàn
muôn vinh quang dâng khơi như lửa bừng sáng trong rừng tối... ấm
1º
vui... khắp trời... sắc hồng rạng đẹp miệng cười. (Màn...
TIẾP THEO NHỎ DẦN
2º
cười... tiếng ca... tiếng đàn... tiếng lửa bập bùng bập
bùng... Tiếng ca... Tiếng đàn... Tiếng lửa bập bùng bập
bùng. (SOLO MUSIQUE POUR FINIR..................)

BƯỚM HOA

Nhạc và lời : **NGUYỄN VĂN THƯƠNG**

nhung cùng hoa sánh đôi , thề nguyền lưu luyến . Đóa hoa hé môi
hoa trời cao lững lờ , mơ hồ thân bướm . Những con bướm muôn
đào tươi cười thầm nghe mấy lời đầy thơ .
màu , treo mình cành cao lẫn cùng hình hoa .
Nghiêng mình nâng bướm ấp yêu đóa hoa bàng
Khuê phòng nhìn bướm ước mong ngẩn ngơ lòng
hoàng . Trên lòng hoa thắm ái ân hồn
nàng . Khi chờ hoa nở nhớ nhung làm
bướm mơ - màng . Bướm là những lá
não tim chàng . Bướm ngàn tiếng ái
thư nàng xuân gửi đi chào mừng non sông . Hoa : dấu chân muôn
ân từ anh thiếu niên về nàng giai nhân . Hoa : những câu ân
màu nàng xuân đã ghi khi nàng vừa sang . Bướm là những thiếu
tình từ cô nữ lang qua chàng đầu xanh . Thế rồi buổi sớm
niên lòng khao khát yêu , đời còn tươi sáng . Đóa hoa : khách yêu
kia : tình như xé tan , tình người hai ngả . Gió đưa mảnh thư
kiều , tình thơ chớm gây đời xuân tráng trong . —
màu , từ cây đến cây đường muôn bướm hoa . —

Buồn đêm mưa

tặng mai thảo

Thơ : H. C.
Nhạc : Phạm đình Chương

Thủ bút của Hoài Bắc Phạm đình Chương

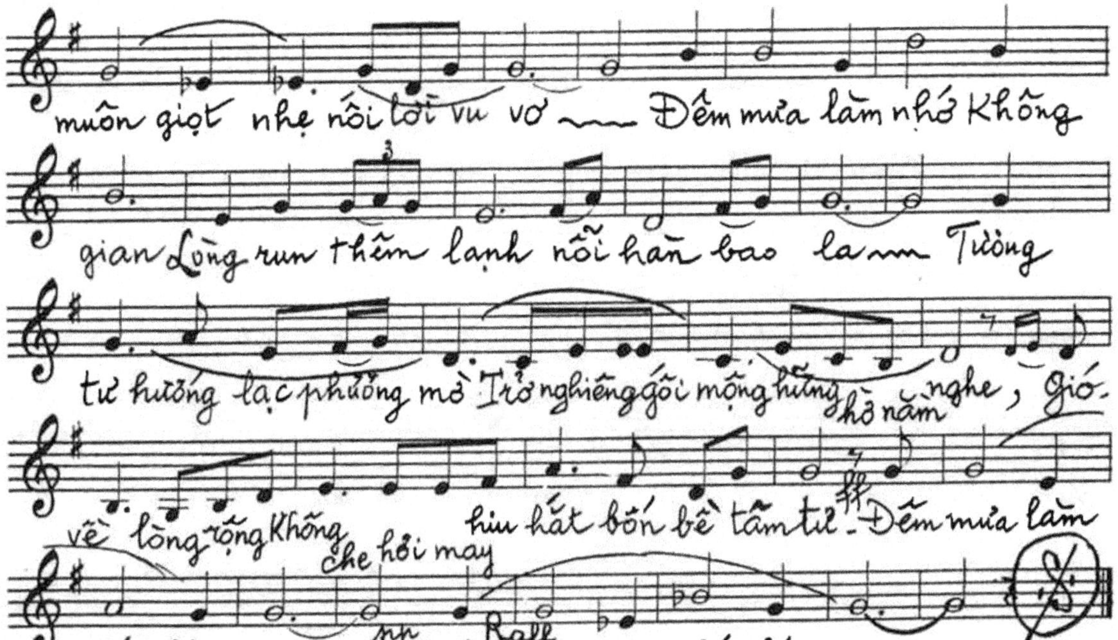
muôn giọt nhẹ nổi lời vu vơ — Đêm mưa làm nhớ Không
gian Lòng run thêm lạnh nỗi hận bao la — Tưởng
tư hướng lạc phương mơ Trở nghiêng gối mộng hững hờ nằm nghe, gió
về lồng lộng Không che hồi may hiu hắt bốn bề tâm tư. Đêm mưa làm
pp
Rall
nhớ Không gian...! Đêm mưa làm nhớ Không gian...

BUỒN ĐẾN BAO GIỜ

Lê Uyên Phương

còn thơ ngây Vành môi khép mong chờ Người đi dáng bơ phờ Sao
còn đem tiếng khóc ước vọng ân tình Em ơi Lá đổ hoa
tàn Đếm tuổi cuộc đời trên hai bàn tay trơn Em
ơi Em ơi Xuân nào tàn Thu nào vàng môi
nào ngỡ ngàng Nằm nghe tiếng mưa nguồn Tưởng em bước chân buồn Đang
vỗ về lá úa trong lòng đêm thu Buồn ơi đến bao giờ Còn
thương đến bao giờ Thương nụ cười đơn côi tháng đợi năm chờ.

BUỒN NHỚ QUÊ-HƯƠNG

Nhạc và Lời : HOÀNG-TRỌNG

Bản Buồn Nhớ Quê Hương do nhà xuất-bản **An-Phú** ấn-hành lần thứ hai, ngoài những bản thường còn in thêm 30 bản đặc biệt loại giấy tốt không bán.

A. P. 87

Buồn Ơi! Ta Xin Chào Mi

Nguyễn Ánh 9

C A♭ Fm B♭7
xa. Nếu trên đường tình ta lẻ loi một
E♭ A♭ Fm D7
mình. Thì trên con đường đời ta có mi. Buồn
G7 C Am F
hỡi! Buồn ơi! Thế nhân là thế, sao người yêu mãi mãi đam
G7 C Am F
mê. Buồn ơi! yêu đương là thế. Sao tình ta vẫn cứ say
G7 C Am F
mê. Tình yêu cho ta niềm đau. Buồn ơi! Cho ta quên
G7 C Am F G7 C
FINE
mau. Buồn ơi! Hãy đến với ta để quên chuyện tình xót xa.

Buồn Tàn Thu

Văn Cao

Dm A7 Dm A7
chàng. Người ơi! Còn biết em nhớ mong. Tình xưa còn
Gm C F B♭
đó xa xôi lòng. Nhờ bóng chim uyên, nhờ gió đưa
Gm Dm Gm A7 Dm
duyên. Chim với gió bay về. Chàng quên hết lời thề.
F A7 Dm F
Áo đan hết rồi. Cố quên dáng người. Chàng ngày nào tìm
Dm C F B♭ Gm
đến. Còn nhớ đêm xưa kề má say sưa. Những năm
Dm C A7 Dm
tháng qua dần mùa thu chết bao lần. Thôi tình em
F Dm A7 Dm
đây. Như mùa thu chết rơi theo lá vàng........
1. 2.
A7 B♭ A7 Dm

BUỒN TRONG KỶ NIỆM

Trúc Phương

A♭ Cm A♭ Fm6 G7
khóc. Đến nay thì đã đắng cay nhiều quá. Thơ ngây đi mất trong bước buồn giờ mới
Cm Fm A♭ E♭ Fm
hay. Bao năm qua rồi còn gối chiếc nghe lòng còn nuối tiếc. Thương nhau
Cm A♭ G7 Fm6 G7 Cm
Rall...
rồi, xa nhau rồi. Một lần dang dở ấy đêm lạnh vui với ai?
Cm Fm Cm
Nụ cười ngày xưa chết trên bờ môi héo mòn tuổi đời. Đi thêm một
Fm A♭ Cm
bước trót nhỡ thêm một bước. Nếu ta còn nhớ mắt môi người
A♭ Fm6 G7 Cm
FINE
cũ. Xin mang theo tiếng yêu khi gọi anh với em.

CÁC ANH ĐI

A. P. 18

CÁC ANH VỀ

Riêng tặng 2 anh:
Hoàng-Hữu-Gia & Hoàng-Hữu-Lạc

Nhạc và Lời: Hoàng-thi-Thơ

BOLERO

Số K. D. 2253/XB N.B.K.D. 21-10-60

NHẠC PHẨM " **CÁC ANH VỀ** „ CỦA **HOÀNG-THI-THƠ** DO NHÀ XUẤT BẢN **LY-TAO** ẤN HÀNH **LẦN THỨ TƯ** 3000 BẢN THƯỜNG VÀ 100 BẢN QUÝ CÓ CHỮ KÝ CỦA TÁC GIẢ DÀNH RIÊNG ĐỂ TẶNG

CÁNH HOA TÀN

Nhạc & Lời: PHẠM MẠNH CƯƠNG

mai cánh hoa tàn úa lúc mưa thu về Cánh hoa tan tác kiếp hoa chóng
tán gieo buồn vào lòng nghệ sĩ Người nghệ sĩ mong sao cho đường tơ còn mãi ngà
xưa. **

Cánh Hoa Xưa

Đăng Khánh

Em đi vừa khuất trên đầu phố
Anh đuổi theo sau bóng đã nhoà
Đứng sững mới hay lìa cách đã
Sơn cùng thủy tận giữa đôi ta
Mai Thảo

E♭Maj7 A♭Maj7 Fm G♭
xanh Mong manh duyên lỡ tan rồi Đêm hoang ta khóc cho
môi Chia ly chưa dứt duyên đời Hương xưa theo gió bên
Fm6 G7 A♭Maj7 G7
người người hỡi! Gọi hồn ai trong sương gió Cuộc
người hoài mong Lạnh lùng nhìn giòng sông vắng Nghẹn
Am7(♭5) Fm G7 G♭dim7 Cm
tình oan nơi bến mơ Một mình ta trong gió mưa âm thầm
ngào chờ giòng nước trôi Cuộc tình để rồi thế thôi muôn đời
G7 Cm B+ E♭/B♭
Chiều tàn một bên sông vắng bao nỗi nhớ mong
Am7(♭5) A♭Maj7 Fm Dm7(♭5)
Một ngày một đời sẽ qua dáng xưa rồi phai
G7 Cm E♭/B♭ A♭ Dm7(♭5)/A♭
nhoà Nghẹn ngào nhìn hoàng hôn xuống ừ thôi từ đây
B♭7 A♭Maj7 G7 Cm
Vẫn sông xưa vẫn giòng nước cũ ước mơ phai tàn...

Cành Hoa Trắng

Nhạc và lời : Phạm Duy

Chợ Neo-Thanh Hoá 1951

La Paloma
(Cánh Buồm Xa Xưa)

nhạc Sebastian Yradier
lời Phạm Duy

Lăng chìm trong hoàng hôn khi tâm tư tan tành.
Thuyền ai đang lênh đênh Vượt sóng biếc cho ta
vơi cơn sầu Ai đang đắm đuối trên
lưng muôn con sóng xanh bạc đầu
Biệt ly sao chua cay làn mắt ướt, tóc xanh
nay phai mầu. Nhớ mãi, nhớ mãi ôi
môi em cười khi bước sang con tầu.
Yêu em qua chuỗi ngày thơ
Mà lòng giờ còn vương vấn nhớ
Nhớ người xưa, chiều nay mình ta Ngồi ước mơ

Cánh thiệp đầu Xuân.

Lê Dinh & Minh Kỳ

Nhạc sĩ Lê Dinh

CĂN NHÀ Ngoại ô
Anh-Bằng T.H.
BOLERO
Tôi ở ngoại ô một căn nhà xinh có hoa thơm trái
(Khi hiểu lòng) nhau thời gian gần gũi đã qua đi mất
hiền Căn kế lối xóm có cô bạn thân sớm hôm lo sách
rồi Nào còn những phút hái hoa vườn trăng suốt đêm chung tiếng
đèn Hai đứa chưa ước hẹn lấy một câu chưa nghĩ đến mai sau Nhưng
cười Tôi bước theo tiếng gọi những người trai tha thiết với tương lai Vui
đêm thức giấc ngỡ ngàng nghe lòng thương nhớ biết rằng mình yêu
xa ánh sáng phố phường, xa người em nhỏ lên đường tòng . . . . .
Khi hiểu lòng . . .
chinh.
Là chính nhân tôi bạn với sông hồ Tình
ẤN PHẨM SỐ 28 CỦA SÔNG NHẠC

yêu em tôi nguyện vẫn tôn thờ và yêu không bến bờ Niềm tin là một ngày
mai non nước chung một màu cờ
Rồi hôm nao tôi về ghé thăm nàng Ngoại
ô đây con đường tâm trăng vàng mà sao không thấy nàng Tìm em giờ tìm ở
đâu! Sao không gắng đợi chờ nhau
Tôi hỏi người quen... Nàng nay là
Nữ Cứu Thương trên chiến trường
vui dấn thân trên bước đường
Em ơi trái đất vẫn tròn
đừa sẽ còn gặp nhau!
TRẦN HỮU HUỆ
28
Nhạc chầm CĂN NHÀ NGOẠI Ô của ANH BẰNG
do SỐNG NHẠC xuất bản
10.000 bản thường và 200 bản đặc biệt dành riêng cho tác giả tặng.

CÁT BỤI

Trịnh Công Sơn

Am
A
A7
nguôi. Bao nhiêu năm làm kiếp con người. Chợt một chiều tóc trắng như
D
Bm
E7
A
vôi. Lá úa trên cao rụng đầy. Cho trăm năm vào chết một
F♯m
Am
Dm
3
ngày. Mặt trời nào soi sáng tim tôi. Để tình yêu xây mòn thành đá
Am
E7
Dm
E7
cuội. Xin úp mặt bùi ngùi. Từng ngày qua mỏi ngóng tin
Am
Dm
3
vui. Cụm rừng nào lá xác xơ cây. Từ vực sâu nghe lời mời đã
Am
E7
Dm
E7
Am
FINE
dậy. Ôi! Cát bụi phận này. Vết mực nào xóa bỏ không hay.

Cần Thiết

1993

Thơ : Nguyên Sa
Nhạc : Ngô Thụy Miên

Am A D
biếc Ôi những lúc em cười trong đêm khuya Lấy ai
Bm E A
nhìn những đường răng em xinh Đôi mắt sáng là hành tinh lóng
F#m E A Am
lánh Lúc sương mù ai thở để sương tan. Không có anh nhớ ngày mai em
E7 Am C
chết Thượng đế hỏi anh sao tóc em buồn Sao tay gầy sao đôi mắt héo
Am G Am
hon Anh sẽ phải cúi đầu đi về địa ngục.

CÂU CHUYỆN ĐẦU NĂM

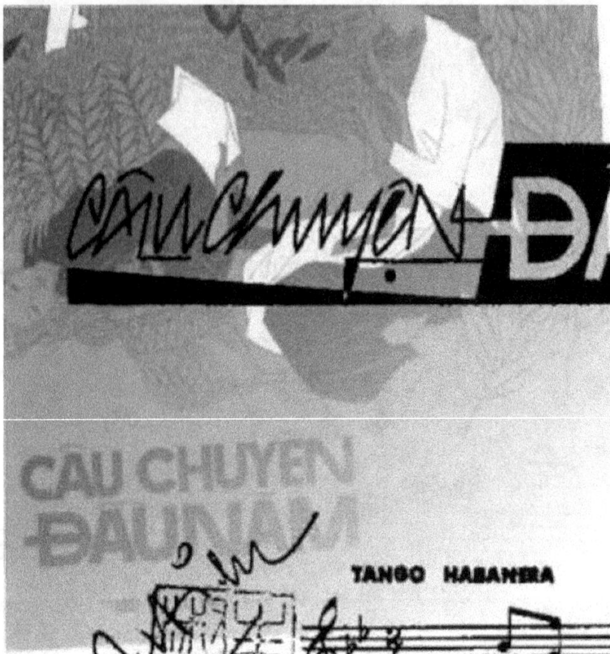

Hoài-An

TANGO HABANERA

Kiểm-duyệt số 3847 XB ngày 24 12-1964

« CÂU CHUYỆN ĐẦU NĂM » CỦA HOÀI - AN
ẤN PHẨM SỐ 81 CỦA TẬP « 1001 BÀI CA HAY »
DO TÁC - GIẢ XUẤT - BẢN VÀ GIỮ BẢN - QUYỀN

Câu chuyện tâm tình

NHẠC và LỜI : **LAN - ĐÀI**

Riêng tặng một người . . .

RUMBA - BOLÊRO

thơ . Câu chuyện ngày xưa đã phai mờ , dư âm chỉ còn lại trong
mơ . Đường đời vạn nẻo ta gieo rắc những cung tơ ,
dệt lại vần thơ bao lưu luyến với mong chờ của một hình bóng ấy dịu
dàng, một tiếng nói mơ màng còn ru êm tim ai. Năm tháng đổi
thay , không tiếng than, không hờn oán chi đời , vì ngày xưa
ấy như giấc mơ thêu dệt hoa gấm thôi . Người sau tiếp
nối như cuối gió chân mây, đường xa xôi cách vời . Hôm nay nắm bàn
FINE
tay, nhưng mai đây tay lại rời tay, trên bến thương chưa từng thiếu ai. .

Cây Đàn Bỏ Quên

Phạm Duy

F D7 Gm C
đắm. Tôi nâng niu hoa tàn. (tình tang) Khi
Gm Dm C F
bông hoa úa vàng. (tình tang) Lòng tôi vấn vương. Nhớ
Am Dm B♭
người hay nhớ hương? (tình tang) Đàn ơi! Thôi
Gm B♭ C7 F
cứ lên tiếng than. Hay cứ reo nỗi oan. Trên
Dm F Dm F Dm
đường lên viễn phương! (tang tình tang tính tang) Người ơi! Tôi
F Am Dm
thường hay muốn biết. Với tình hoa thắm thiết. Yêu
F C Dm
FINE
tôi hay yêu đàn? Yêu tôi hay yêu đàn??

CÂY TRÚC XINH
THE PRETTY BAMBOO TREE
Le Joli Petit Bambou

Dân Ca Cổ Truyền
Traditional
Chant traditionnel
Adaptation : **Pham Duy**
Pham Duy Cuong

LE JOLI PETIT BAMBOU

Vieux chant populaire - Adaptation : Pham Duy

1. Le p'tit bambou est joli quand il est planté là
   Près d'une mare au village ...
   Mais ma mie est jolie sans être près,
   Près d'une mare, sans être près d'un étang (2 fois) ...

2. Le p'tit bambou est joli quand il est planté là
   Oui ! à côté de la pagode ...
   Mais ma mie est jolie quand, étant seule,
   Ell' est debout, ici, làbas, n'importe où (2 fois) ...

THE PRETTY BAMBOO TREE (ANCIENT FOLK SONG)

Collected, Arranged by : Pham Duy

1. The bamboo tree is very, very pretty,
   When growing by the pond,
   But my love is very, very pretty,
   Anywhere, anywhere she may be ... (repeat)

2. The bamboo tree is very, very pretty
   When it grows by the temple,
   But my love is very, very pretty
   Whenever, whenever she is alone... (repeat)

CÂY TRÚC XINH

Dân ca cổ truyền - Phạm Duy sưu tập

1. Cây trúc xinh tang tình là cây trúc mọc
   Qua lồi nọ bên bờ ao
   Chị Hai xinh tang tình là chị Hai đứng
   Đứng nơi nào qua lối xinh cũng xinh (2 lần)...

2. Cây trúc xinh tang tình là cây trúc mọc
   Qua lồi nọ bên đình
   Chị Hai xinh tang tình là chị Hai đứng
   Đứng một mình qua lồi xinh cũng xinh (2 lần)...

CHÀNG ĐI THEO NƯỚC

Nhạc và Lời : HIẾU-NGHĨA

[illegible]

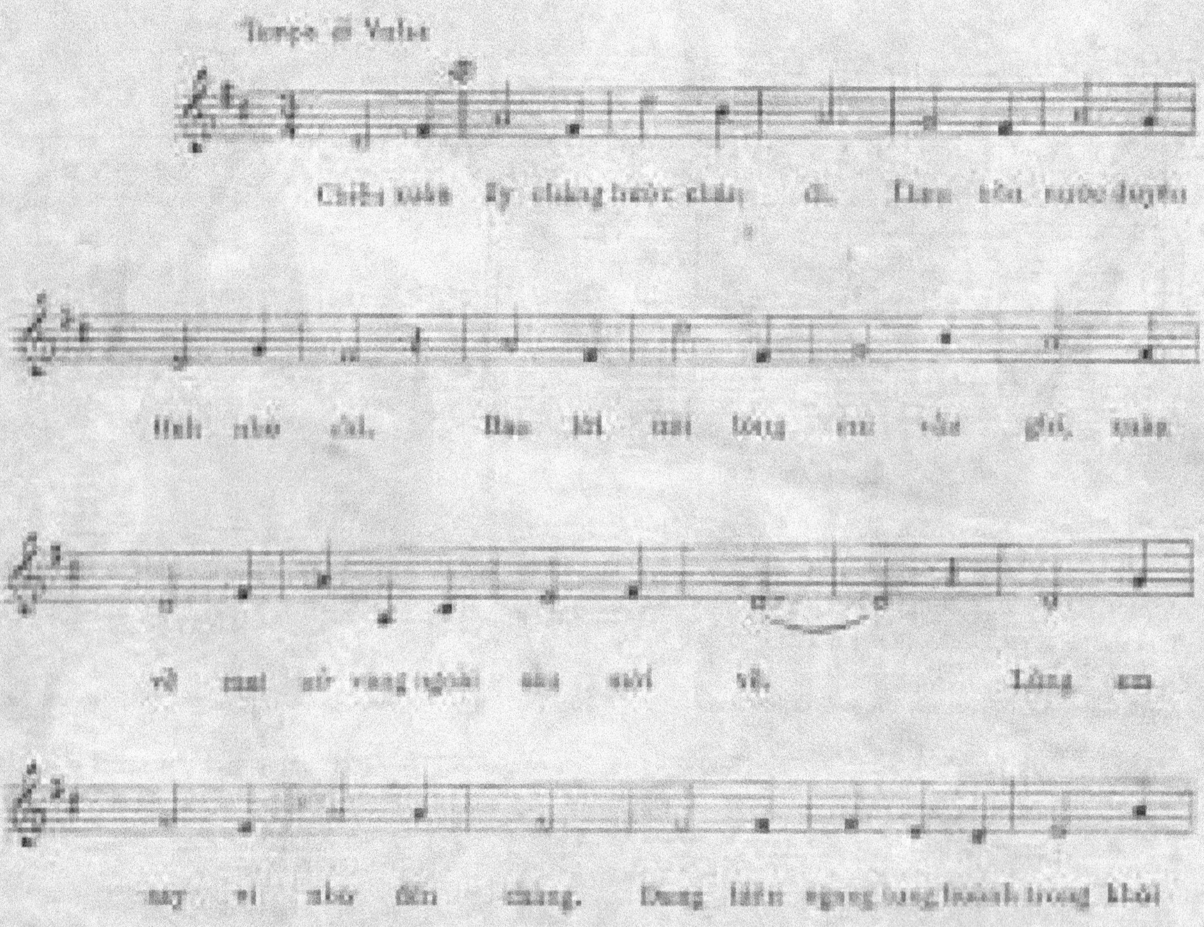

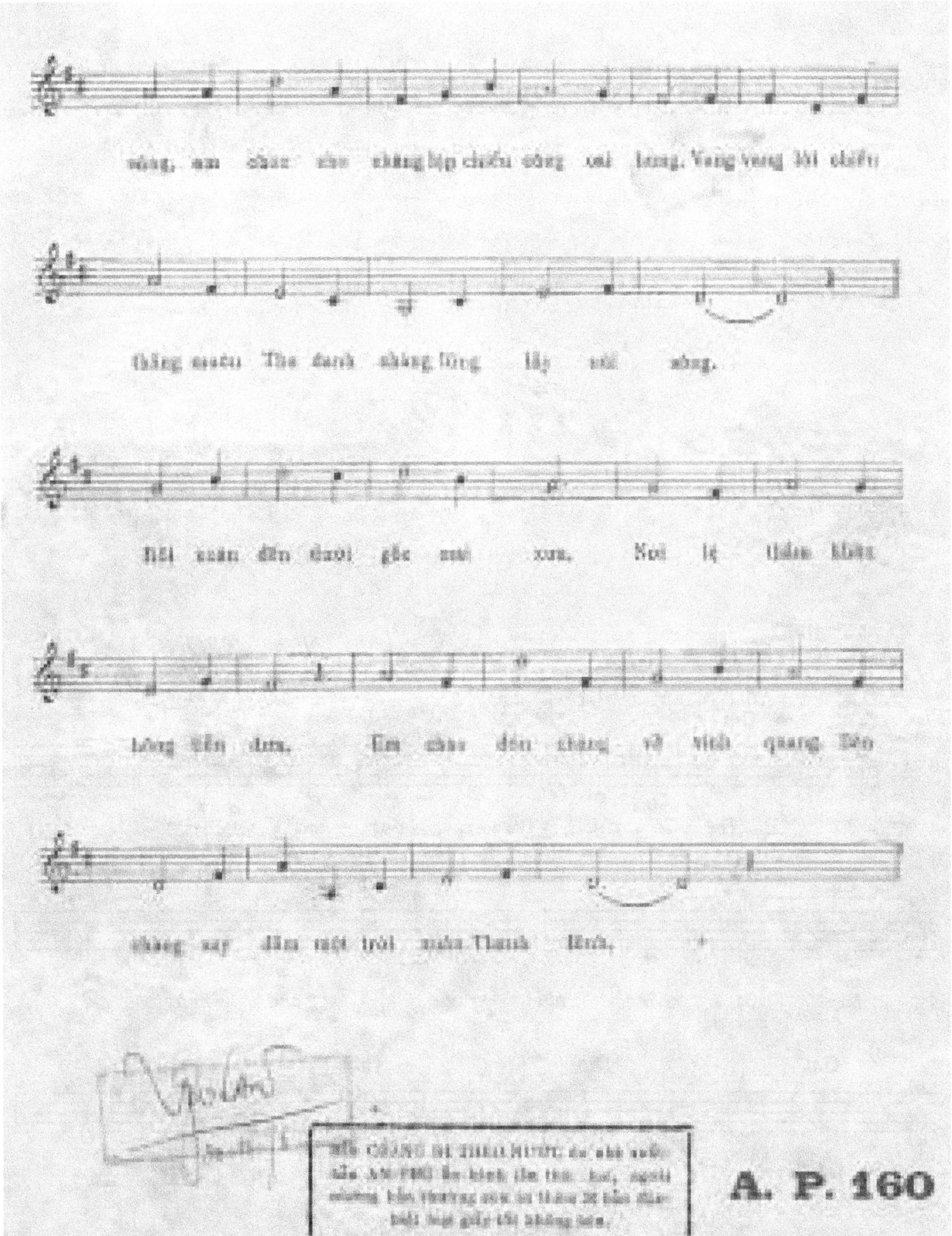
A. P. 160

Chị tôi

Nhạc : TRỌNG ĐÀI
Thơ : ĐOÀN THỊ TẢO

G7
Cm
thơ Cho nết buồn vui bốn mùa trăn
Gm
B♭
Dm
trở Cho làm câu hát để người lý
Gm
Dm
Gm
F
E♭
lơi. Ngày chị sinh trời cho làm thơ vấn
G7
Cm
Gm
vương với sợi tơ trời Tình riêng bỏ chợ tình
Dm
Gm
người đa đoan.

Chị tôi.

Trần Tiến

Nhạc sĩ Trần Tiến

CHIẾC LÁ CUỐI CÙNG

TUẤN KHANH

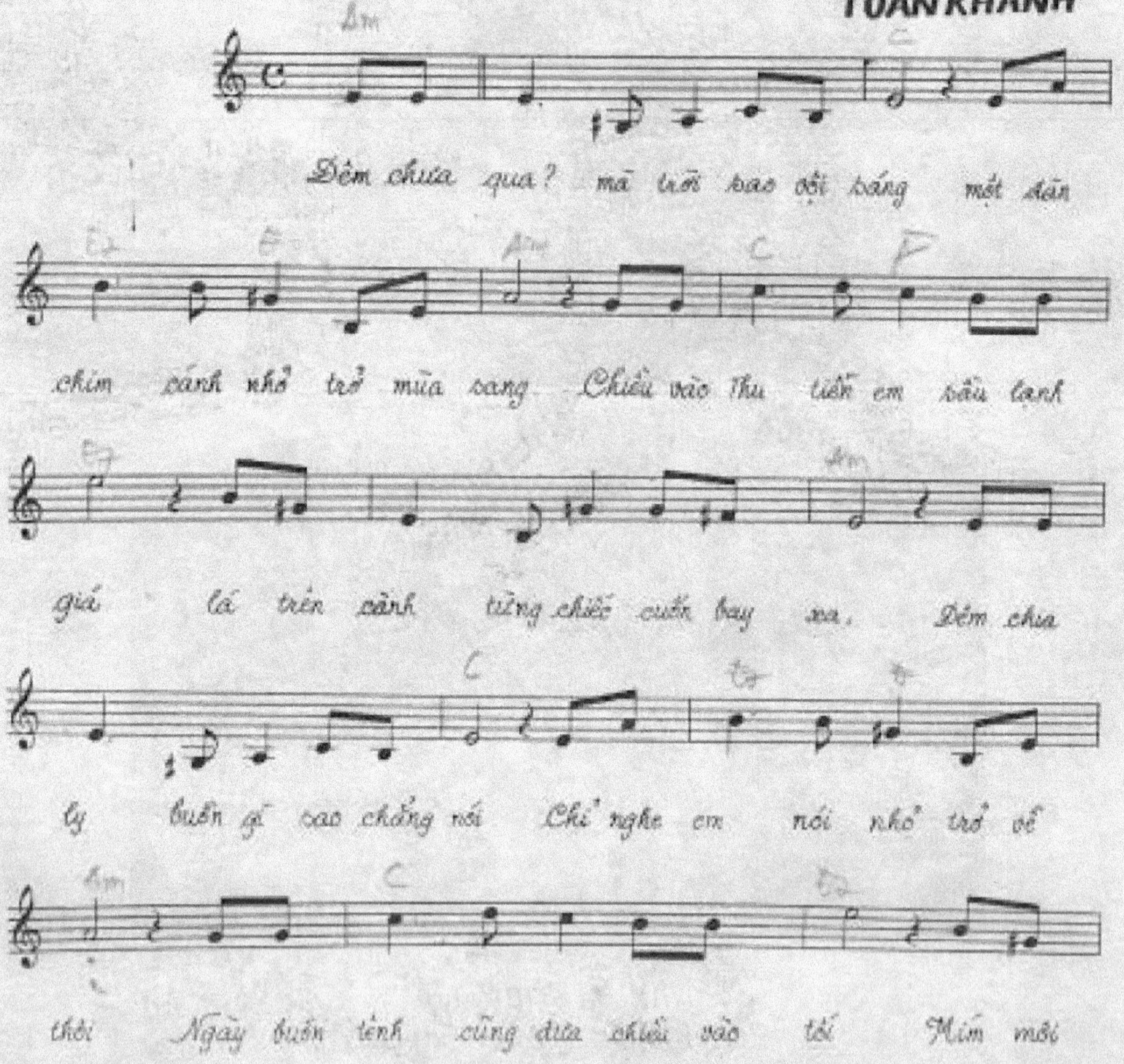

Giấy phép số 3160/KDKDTU
cấp ngày 3-10-1963

cười mà nhớ thương khôn nguôi, Mộng về một đêm xuân
sang em thì thầm ngày đó thương anh Thuyền về một đêm trăng
thanh say mộng vàng dâu đến sông xanh. Mộng tràn ngập đêm trăng
sao, sao đầy trời từng chiếc lấp lánh, rồi một chiều xuân thơ
trinh cho lòng mình về với dĩ vãng. Xa nhau chưa mà lòng nghe quạnh
vắng. Đường thênh thang gió lòng một mình ta. Rượu cạn
ly uống say lòng còn giá Lá trên cành một chiếc cuối bay xa
Tác-giả xuất-bản
và giữ bản-quyền

Chiếc lá thu phai

Trịnh Công Sơn

phai. Người đâu mất người, Đời tôi ngốc dại. Tự
Nằm nghe giữa trời Giòn vang tiếng cười Điệu
làm khô héo tôi đây. Chiều hôm thức dậy, Ngồi ôm tóc
kèn ai buốt trong tôi. Mùi hương phấn người Một hôm nhớ
dài Chập chờn lau trắng trong tay. Về thu xếp
lại Hẹn ngày sau sẽ mua vui. (HẾT)
lại Ngày trong nếp ngày, vội vàng thêm những lúc yêu
người. Cuồng phong cánh mỏi, Về bên núi
đợi, Ngậm ngùi ôi đá cũng thương thay.

CHIẾN SĨ CỦA LÒNG EM

Trịnh Văn Ngân

C7 F Bb F
đâu có màng. Khi nước nhà phút ngả nghiêng.
Bb F
Em mơ người trai anh dũng mang thân
Bb D7 Gm C7
thế hiến giang san. Chí quật cường
Dm C7 F Emaj7
hiên ngang chiến sĩ của lòng em đắm đuối ước
Bb Gm C F
mơ. Ở chiến trường xa giãi nắng dầm mưa.
Dm D7 Gm
Nhịp bước oai hùng chàng tiến trong tim em. Trong khi vang
G C7 F F
1. 2.
FINE
ca say theo chiến thắng. (Đôi tám em) ...thắng.

CHIẾN-SĨ VÔ DANH

(HÀNH ĐIỆU)

Lời và Nhạc :
PHẠM-DUY

BẢN "CHIẾN-SĨ VÔ DANH" DO TINH-HOA ẤN-HÀNH LẦN THỨ BA, NGOÀI NHỮNG BẢN THƯỜNG, CÓ IN THÊM 20 BẢN ĐẶC-BIỆT TRÊN GIẤY QUÍ ĐÁNH DẤU TỪ C.S.V.D. I ĐẾN C.S.V.D. XX — T. H. I ĐẾN T.H. X ĐỀU CÓ CHỮ KÝ CỦA TÁC-GIẢ VÀ ĐÓNG TRIỆN SON T. H. ĐỂ TẶNG NHỮNG BẠN

CHIỀU

Thơ: Hồ Dzếnh
Nhạc: Dương Thiệu Tước

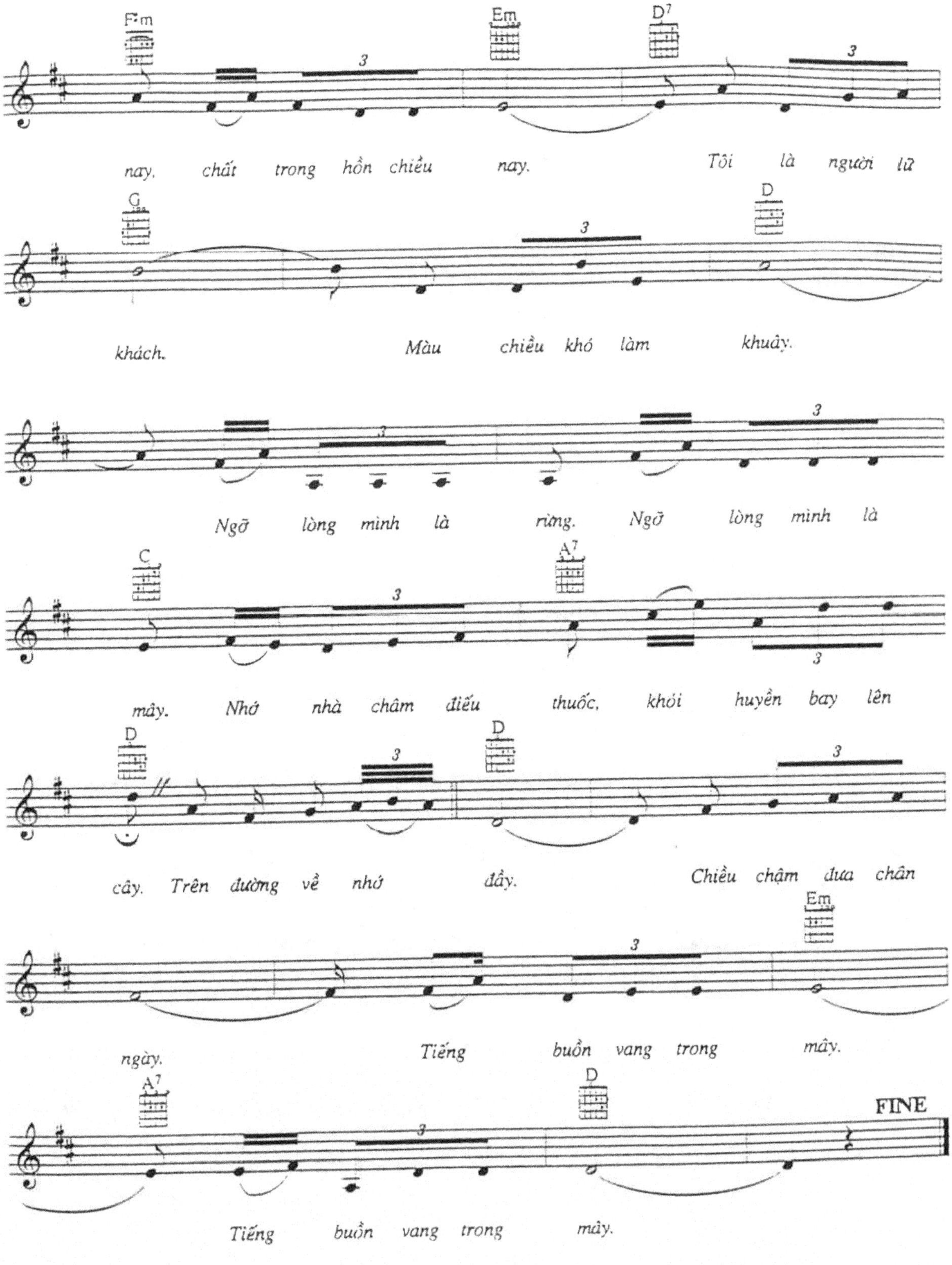
F#m
Em
D7
nay. chất trong hồn chiều nay. Tôi là người lữ
G
D
khách. Màu chiều khó làm khuây.
Ngỡ lòng mình là rừng. Ngỡ lòng mình là
C
A7
mây. Nhớ nhà châm điếu thuốc, khói huyền bay lên
D
D
cây. Trên đường về nhớ đầy. Chiều chậm đưa chân
Em
ngày. Tiếng buồn vang trong mây.
A7
D
FINE
Tiếng buồn vang trong mây.

Chiều bên giáo đường

(1962)

Lê Trọng Nguyễn

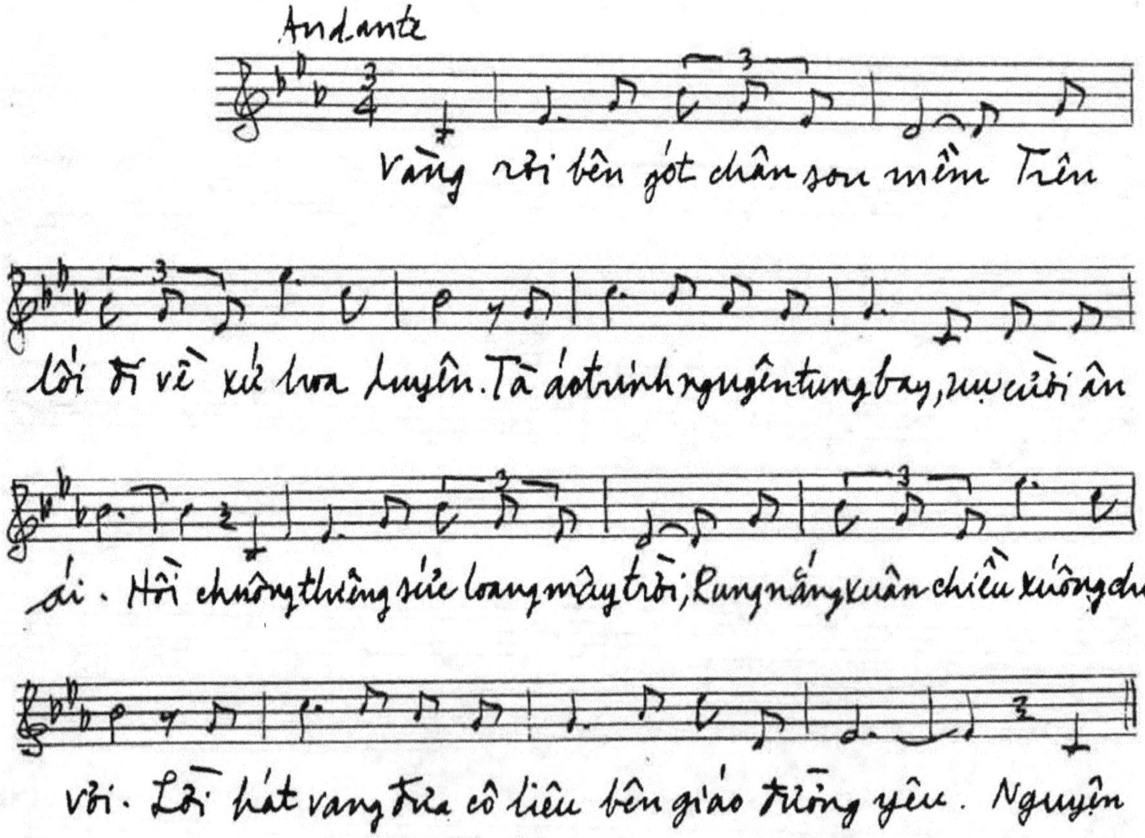

cầu, gục đầu bên hoa, mắt ướt nhòa. Hồn anh buồn
trông duyên anh còn sống tới bình bồng. Nguyện cầu, gục
đầu bên nhau, mắt ráo sầu. Xa dần đêm tối, tìm màu xuân
mới trên làn môi. Rồi đây mây xám bay qua
rồi. Trong gió reo hẹn ước không thôi. Là
lúc tin yêu lên ngôi. Ta hát khúc chung đôi.

CHIỀU CUỐI TUẦN

Trúc Phương

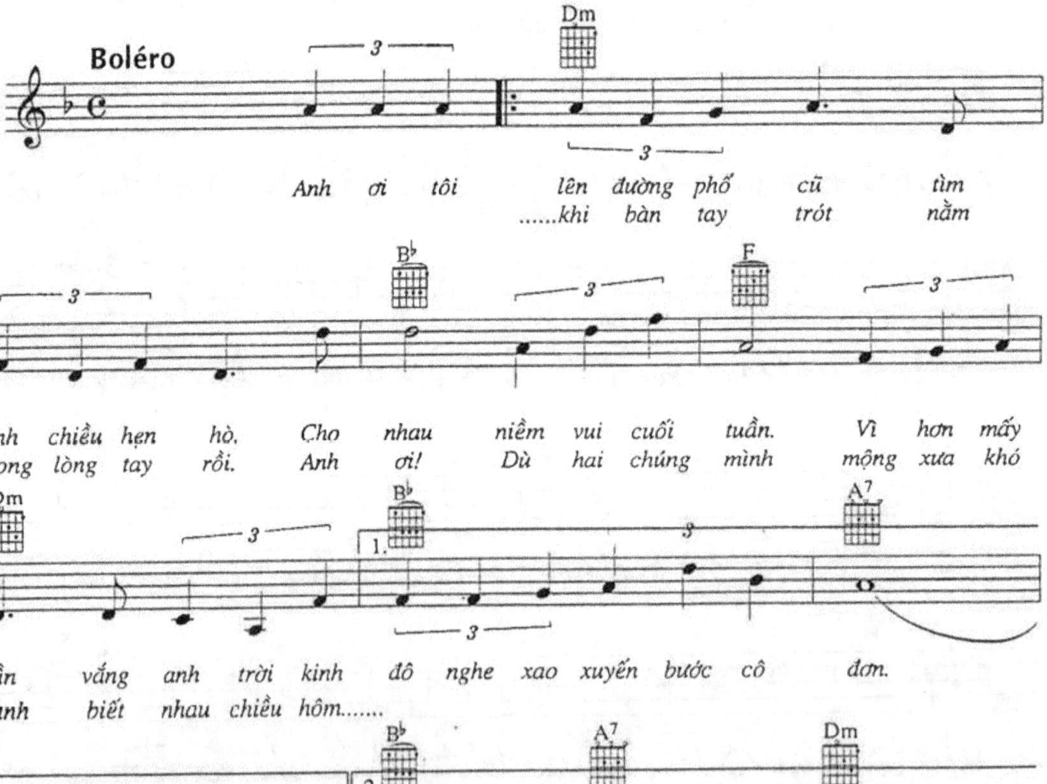

Dm
Ghi vào đời hình bóng một người. Đôi lúc chân
B♭ C7 F Dm
mơ giày khua lối ngõ. Tâm tư bâng khuâng nghe chiều biệt
Gm A7 Dm
ly theo khuất nẻo người đi. Khi tôi đưa
Dm
chân người tôi mến tạm xa biệt kinh thành. Mong
B♭ F Dm
sao đừng quên mỗi lần chiều qua cuối tuần. Có tôi đợi trông
B♭ A7 Dm
FINE
anh khi phố cũ vừa lên đèn.

Chiều Đồng Quê

Khánh Băng

F Am Dm Dm F
nồng chờ ngày mai cây lúa đơm bông. Hai đứa mình yêu nhau, xây đắp mộng mai
Am F
sau. Bên mái nhà tranh một hàng dừa cao soi bóng bờ
Dm F Am
ao. Đây nắng đẹp quê ta. Đây mối tình nở hoa, vang tiếng cười gần
C F
xa lòng người phơi phới sống vui chan hòa. Đường chiều bờ
Dm Gm 3fr. Dm Gm 3fr. C
đê lúa vàng ta gánh về vợ chồng quê đôi gái trai cùng nhau ước
F Dm
thề. Gia đình vui vầy niềm hạnh phúc đến tận trời
Gm 3fr. C F C Dm
FINE
mây như bức tranh tuyệt vời chiều đồng quê no ấm muôn đời.

CHIỀU HẠ VÀNG

Nguyễn Nghiêm

Am
Dm
Em hát đi ru ngủ giấc chiều nay, mây bay
G
C
Am
bay mơ tiếng ca trên đồi, chiều hạ về trong gió miên
G
F
E7
Am
man lá trên cây trong mây nắng hanh vàng.
Am
Ta lắng nghe ngu ngơ hạ về hạ trắng lang
E7
Am
Dm
thang miên man tình buồn chiều mây vàng nhé tiếng em
G
E7
Am
ca, mây lang thang trong nắng hanh vàng.
FINE

CHIỀU HÀNH QUÂN

Lam Phương

D Em
sống. Khi ánh xuân nồng vừa nhẹ vươn lên má hồng. Hẹn
A7 Dm C F C
nhau qua hết một mùa phượng rơi. Nhưng hoa chưa tàn mà lòng ai đã đổi
Dm F Dm
thay. Thế thôi vui chi sống trong tình đầu. Nhạc chiều hành
A A7
quân nay biết gửi về đâu. Để rồi một năm nơi
D A7
biên cương dấn bước thân trên sa trường Ngày thì tìm vui bên
D
chiếc súng. Khi đêm anh vui với đàn. Dù mộng tàn phai trong
A7
thương đau vẫn nhớ mãi duyên ban đầu. Lời thề ngày xưa đã
D FINE
trót hứa. Em ơi xin đừng quên.

Chiều Hôm Nay

Nhạc và Lời: Đức Huy

D Em C
phiên Để đôi mắt em thôi thì thầm xa
G E7
vắng những buổi chiều nhạt nắng còn vương vấn trong
A D
tôi Chiều hôm nay mưa rơi ướt vai nghe mùa nắng
G Em G/A 3fr.
mới đến soi trong đời Chiều hôm nay em nghe đơn côi làm mây kéo tới
D D
Chiều hôm nay trong cơn gió bay nghe mình ngất ngây
G A♭dim 3fr. D/A A
chờ mùa thu đến Chiều hôm nay buồn bằng đôi mắt
D
em

NỮ CA SĨ TUYẾT - HƯƠNG

CHIỀU LÀNG EM

NHẠC VÀ LỜI :

TRÚC - PHƯƠNG

★

IN LẦN THỨ HAI

NHẠC PHẨM " CHIỀU LÀNG EM " CỦA TRÚC-PHƯƠNG DO TINH HOA MIỀN NAM XUẤT BẢN VÀ GIỮ BẢN QUYỀN ẤN HÀNH. NGOÀI NHỮNG BẢN THƯỜNG CÓ IN THÊM 150 BẢN ĐẶC BIỆT ĐỂ TẶNG

Chiều một mình qua phố

Trịnh-Công-Sơn

Blues

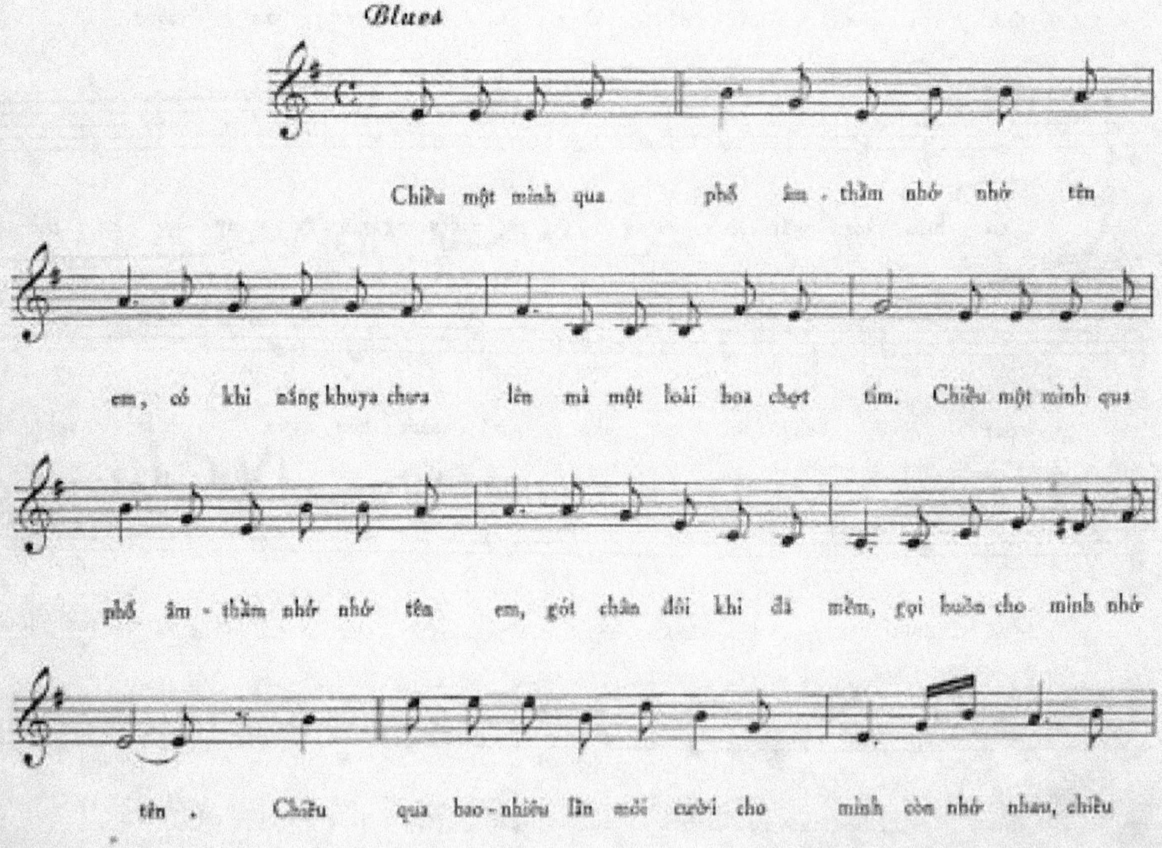

Kiểm duyệt số 613/XB ngày 1-3-65

BẢN "CHIẾN-SĨ VÔ DANH" DO TINH-HOA ẤN-HÀNH LẦN THỨ BA, NGOÀI NHỮNG BẢN THƯỜNG, CÓ IN THÊM 30 BẢN ĐẶC-BIỆT TRÊN GIẤY QUÍ ĐÁNH DẤU TỪ C.S.V.D. I ĐẾN C.S.V.D. XX — T.H. I ĐẾN T.H. X ĐỀU CÓ CHỮ KÝ CỦA TÁC-GIẢ VÀ ĐÓNG TRIỆN SON T.H. ĐỂ TẶNG KHÔNG BÁN

CHIỀU MƯA BIÊN-GIỚI

Nhạc và Lời : **NGUYỄN - VĂN - ĐÔNG**

Cô KIM - CƯƠNG

Kính tặng các Chiến - sĩ một nắng hai sương lao mình nơi tiền tuyến, dâng mình cho đất nước và các Bạn thanh - niên sắp khoác chiến - y. Kỷ - niệm ĐỒNG - THÁP - MƯỜI (Biên - giới Việt — Cambod 1956).

NGUYỄN - VĂN - ĐÔNG

Cô KIM-CƯƠNG :

Hình ảnh anh linh chiến qua PHIÊ[N] GÁC ĐÊM XUÂN và SẮC HOA MÀU NHỚ làm xúc-động lòng ngườ[i] CHIỀU MƯA BIÊN GIỚI : mộ[t] niềm thương-cảm đọng lại ở tim tô[i]

Tái bản lần thứ sáu trong vòng hai tháng, phá kỷ lục phổ biến mạnh mẽ nhất từ xưa đến nay. Được giới nghệ-sĩ Thủ-Đô ưa thích và Báo giới nhiệt liệt khen ngợi

ẤN PHẨM CỦA TINH HOA MIỀN NAM
51 ĐẠI-LỘ TRẦN-HƯNG-ĐẠO SAIGON

NHẠC PHẨM " CHIỀU MƯA BIÊN GIỚI " CỦA NGUYỄN-VĂN-ĐÔNG DO TINH HOA MIỀN NAM TÁI BẢN. NGOÀI NHỮNG BẢN THƯỜNG CÓ IN THÊM 150 BẢN ĐẶC BIỆT ĐỀ TẶNG

Chiều nay Không Có Em

Ngô Thụy Miên

D C#m A7 D D7
17
chờ, xin cho nhau lời vỗ về, sao đành quên đi ngày thang đó. Không có
G F#m G A7
20
em một mình ta với ta, ngày dài thôi chóng qua, tuổi hoang trôi vai
D G A7 D
23
gầy. Như ước mơ, xin nhớ lần mình hẹn hò, xin cho nhau một lời
Bm A7 D A7 D
26
rồi xin tình yêu ấy lên ngôi. Rồi mai mình em thôi trên phố
F#m 3 G G#dim D 3
29
người, sao mắt nhung không nuốc tiếc khát khao đợi chờ. Không có
G D Bm
32
em còn ai thương lá Thu bay, còn ai vương vấn con
A7 D
34
say, đời gian dối cô đơn mình ta.

CHIỀU PHI TRƯỜNG

Lê Uyên Phương

Am D7 G D7
xa phồn hoa không thiết tha Những cánh chim trong hồng
G D7 Em Am D7
hoang thiên đường sẽ quên hay còn yêu còn yêu nhân
G G7 C D7
tình Một lần xa cách lòng thêm thiết tha
G
Buồn ơi ướt vai buồn ai có hay Cho dòng nước mắt
D7 G G
Cho dòng nước mắt Cho dòng nước mắt trôi mau Tôi với
Em G C Am
em mang niềm tin trắng trong Dù tình khôi không in dấu dương
D7 G D7 G
trần Dù thơ ngây vùi sâu theo tháng năm Những dớn
Am G D7 Em
đau trong tiền duyên đọa đầy Xin hãy tha cho ngày
Am D7 G
mai ngày mai ngày mai

Chiều Thương Đô Thị

Song Ngọc & Hoài Linh

Boléro

phường người ơi lúc đèn buông . Đừng ngăn gió vào thu để rơi lá vàng khô
reo khúc quân hành đưa tiễn người chinh phu . Đêm đêm ngắm trăng khuya nghe gió bay
về ôm súng cầm canh trông sao trời lấp lánh tưởng về đôi mắt cố nhân chiều
xưa Đêm nay tôi nhớ đến anh mơ về kinh
thành những chiều gió lộng ta đi trong lòng phố vắng tâm tư qua làn khói
trắng mưa rơi ướt hai mái đầu chuyện mình ai biết mai sau. Để hôm nay ngồi đây trời
biên khu nhiều mây chờ trăng thanh lên cao viết tâm tình chuyện người trai chốn
xa và người đi chiến đấu vẫn đợi chờ nhau .

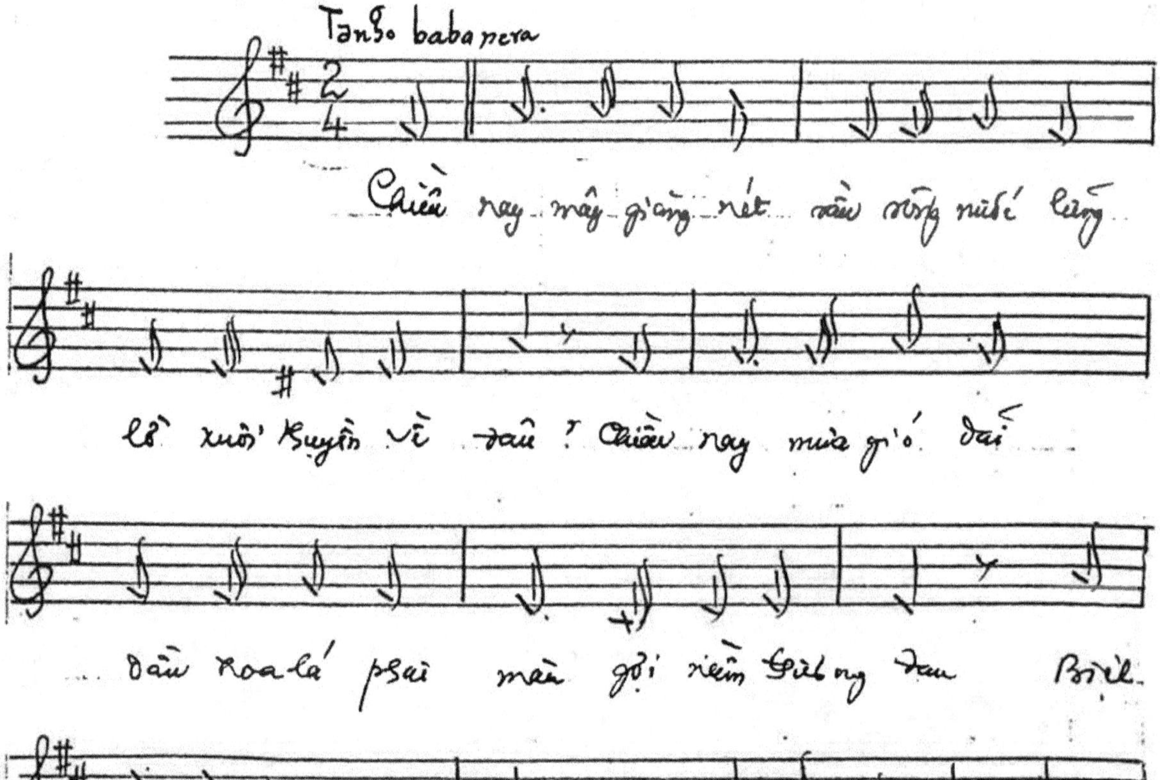

Nhạc Ưng Lang
Lời Châu Kỳ

CHIỀU TÍM

Đan Thọ - Đinh Hùng

C7 F Dm
chăng? Ai nhớ mắt xanh năm nào, chiều thu soi
chăng? Mây gió bốn phương giăng hàng, mùa thu thêu
B♭ F Gm 3fr. B♭
bóng. Nắng chưa phai mầu kề hai mái đầu, nhìn mây tím nhớ
áo. Nét hoa mơ màng và em với chàng, kề vai áo phấn
C7 F Dm
nhau. Chiều tím, chiều nhớ thương ai? Còn nhớ thương
hương. Chiều hỡi, đàn nhớ mong nhau. Tình thương bắc
F Gm 3fr. G
hoài. Đàn ơi! Nhắn dùm người đi phương nao, nếp chinh
cầu. Người đi hướng nào tìm trong chiêm bao, tóc bay
C7 F FINE
bào biếc ánh sao.
dài gió viễn khơi.

CHIỀU VÀNG

Nguyễn Văn Khánh

Bm A7 D A7
hoài. Thuyền chèo tới đâu chưa ngừng bến. Lời thề nguyền ngờ đâu xa
D Bm D7 G Em G
vắng. Tình tràn đầy sầu chung non nước. Hồn em có cùng người chứng
D Bm A7 D
minh. Anh bước ra đi luyến tiếc hoài Đời còn có em nay mà thôi.
A7 D
Sương chiều buông rơi. Mờ mờ rừng chiều dần dần tối. Núi mây bốn
G Em A7
phương. Giang hồ ngơi chân. Thuyền lênh đênh trên sông. Đà
G D A7
sóng lướt lướt trên sông. Nhìn chiều vàng đồi thông thưa
D Bm D7 G Em G
thớt. Lòng bùi ngùi buồn trông theo bóng. Giờ đây viếng thầm hồn cố
D Bm rall... A7 D FINE
nhân. Năm tháng trôi qua sóng gió đời. Chiều chiều nhớ em khôn lòng nguôi.

Chiều Vàng Nhung Nhớ

Nhạc và Lời: Đức Huy

Em A D
nhớ Chiều vàng bơ vơ Chiều mơ
D Am7 D7 G
Chiều vàng nhung nhớ cho mắt em thêm sâu Chiều vàng nhung
D Em
nhớ cho áng mây xôn xao Chiều vàng nhung nhớ Chiều vàng bơ
A D
vơ Chiều mơ
tacet
Cơn gió nào đến
Em7 D
đây làm lá bay trên hè phố vắng
Em7
Tia nắng nào vấn vương trong mắt em chiều vàng
D Em7
Tia nắng nào vấn vương trong mắt em
D
chiều vàng
Fine

CHIỀU VỀ TRÊN SÔNG

nhạc và lời : PHẠM DUY

Có khi (i) vui lửng lơ! Có khi (i) tuôn sầu u! Bởi
vì chiều buồn chiều về giòng sông... Bởi vì tình đời nào chỉ thù oán... Hãy
Rall...
cất tiếng ca cho đời thêm (ý) buồn! Hãy cất tiếng ca cho lòng thôi khô héo... Chiều
A Tempo
buông trên giòng sông cuốn mau Thương đời thương lẫn nhau trong chiều! Về
đây bọt bèo muôn khắp nơi Vui buồn cho có đôi không nhiều! Ngày
mai sông về quê mến yêu cho trùng dương cũng theo hương chiều... Bể
Rall
sầu không nhiều nhưng cũng (ư) đủ yêu!
1957

Chìm dưới cơn mưa

Trịnh Công Sơn

mưa một ngàn năm trước mây qua mây qua môi em hồng
mưa bàn chân nhỏ bé năm xưa năm xưa chung vui hội
nhạt chìm dưới cơn mưa một ngàn năm nữa mây qua mây
hè chìm dưới cơn mưa bàn chân nhỏ bé năm nay năm
qua môi em hồng vừa. Chìm dưới cơn mưa một người chết đêm
nay đã quên đường về
qua chìm dưới đất kia một người sống thiên thu chìm khuất trong
ta một lời nói vu vơ chìm dưới sương thu là một đóa thơm
(Để chấm dứt)
thơ Chìm dưới cơn mưa một dấu chân
Sans acc...
đi chìm dưới đất kia Hạt cát bao la.

CHINH PHỤ CA

Nhạc và lời : **PHẠM DUY**

mịt mù sau đám khói tên . Bâng khuâng mắt nhìn tay
Bập bùng ba tiếng trống đêm Không ngưng tiếng rừng xao
kiếm . Không sao dấu đôi lệ hiền . II.— (Từ hồi Thu)
xuyến vang trong tiếng. . . . .
ve kêu rền rền . III — Ngày nào bao xa em thấy bay
về một đàn chim én không nhà Về làn du
phong với mây dáng hồng có tiếng diều trong đậu trước khuê
phòng . Rồi nhìn qua song em thấy trước sân
Ngựa hồng âu yếm bước sang . Trên lưng có chàng trai
tráng . Mang theo biết bao nhiêu ngày vàng .

Cho đời chút ơn

Trịnh Công Sơn

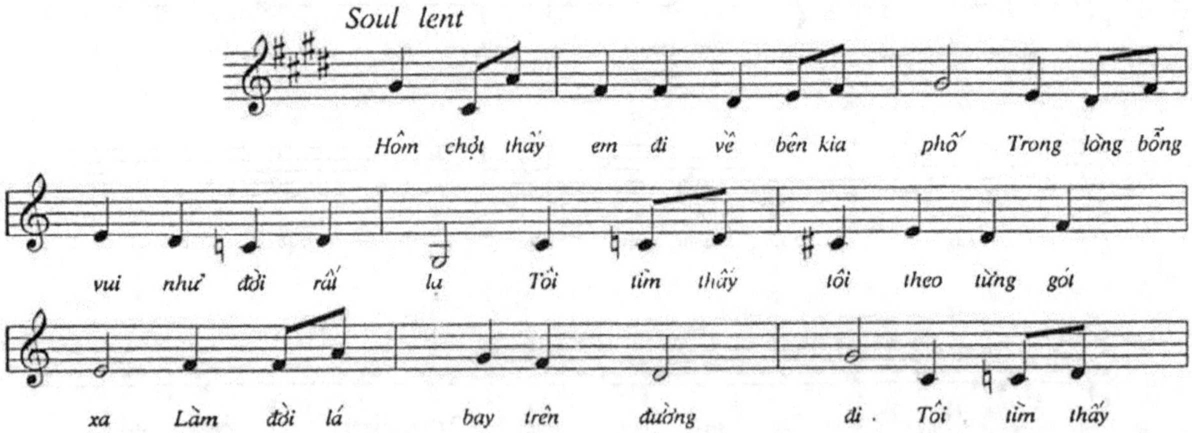

tôi như giọt nắng kia. Làm hồng chút môi cho em
nhờ, môi thiên đường hót chim khuyên. Ôi tóc
trầm ướp vai thơm. Ta nghe đời rất mênh
mông. Trong chân người bước chầm chậm Hãy còn bước
đi cho bình minh lên sớm Cho đời chút ơn biết tà áo
nọ Em là phấn thơm cho rừng chút hương. Là lời hát
ca cho trần gian. Dưới phường phố kia có người nhớ
em nằm mộng suốt đêm trong thiên đường.

CHO LẦN CUỐI

Lê Uyên Phương

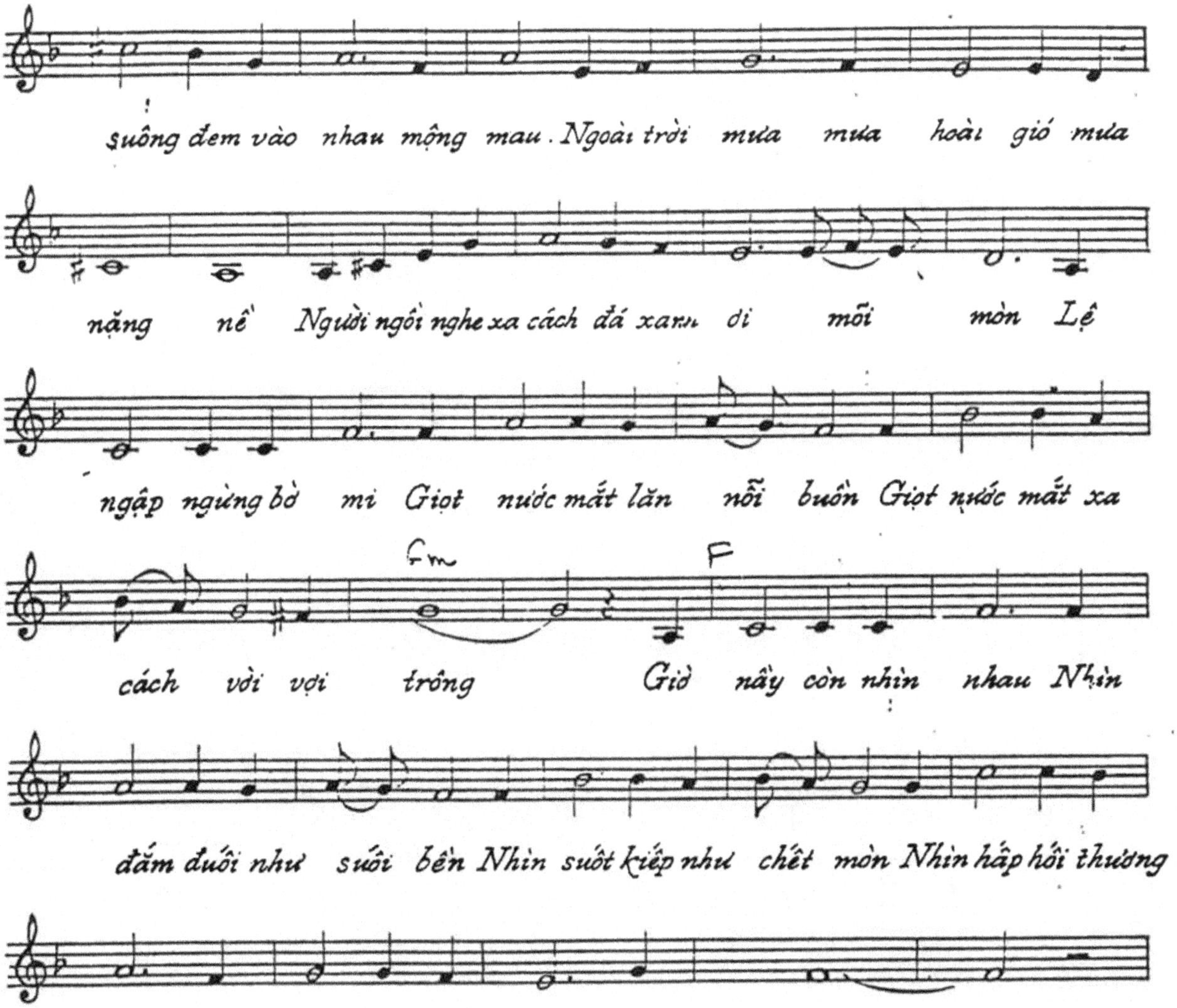
suông đem vào nhau mộng mau. Ngoài trời mưa mưa hoài gió mưa
nặng nề Người ngồi nghe xa cách đá xanh đi mỗi mòn Lệ
ngập ngừng bờ mi Giọt nước mắt lăn nỗi buồn Giọt nước mắt xa
Fm
F
cách vời vợi trông Giờ này còn nhìn nhau Nhìn
đắm đuối như suối bên Nhìn suốt kiếp như chết mòn Nhìn hấp hối thương
đau Ngày mai ta không còn thấy nhau

CHO NGƯỜI TÌNH LỠ

Hoàng Nguyên

Em Bm Em E7 Am B7
lơi. Để giờ này, một người khóc đêm thâu. Một người nén cơn đau. Nghe mưa mà cuối
Em Am B7
đầu. Thế là hết, nước trôi qua cầu. Đã chìm sâu, những tháng ngày đắm
Em G Em Am B7
mê. Thôi đành quên, những tiếng yêu đầu. Những lời yêu ấy nay đã quá
Em G Bm C
xa. nẻo đường cũ, giăng đầy mưa, khuất mù lối, khiến nên tình đành
Em Am D B7
lỡ. Ta giờ đây như rừng thu, nắng lịm với chiếc lá vàng cuối
Em Em Am B7
1. 2.
mùa. Khóc mà......
......mùa. Khóc mà chi, yêu thương qua rồi. Than mà chi, có ngăn được xót
Em G Em Am B7 Em
Rall.....
FINE
xa? Tiếc mà chi, những phút bên người. Thương mà chi, nhắc chi chuyện đã qua.

CHO NHAU

của

PHẠM - DUY

sau . . . Cho nhau nào có gì dàu ! Cho
thơ . . . Cho nhau tình nghĩa đỏ đen, Cho
nhau — dù có là bao . . . Cho nhau, cho phút yêu đương (ư) lần
nhau — thù oán hờn ghen Cho nhau, xin nhớ cho nhau bạc
Rall...
đầu Cho rất luôn luôn cuộc sầu, Cho tình cho cả niềm
tiền Cho cõi âm ty một miền Cho rồi cho cả đời
A Tempo
đau . Cho nhau làn tóc làn tơ Cho
tiên . Cho nhau này dãy trường sơn Cho
luôn — cả mất trời cho Cho nhau tiếng khóc hay câu vui
nhau — cả bốn trùng dương Quê hương xin vẫn cho nhau như
Rall...
đùa Cho chiếc nôi cho nấm mồ Cho rồi xin lại Tự Do .
thường Cho dứt tay chia đôi đường Cho rồi xin chẳng còn vương .

CHỜ ANH EM NHÉ

Xuân Tiên và Nhật Bằng

giống qua gian nguy cho người dân lành vui sống thái
bình. Ngày mai khi vinh quang bóng cờ
tung bay hiên ngang, ta về sống vui trong mộng vàng.
Chờ anh em nhé. Chí trai anh đã
thề. Một lòng hy sinh. Cho dân tộc thanh
bình. Ngày mai chiến thắng. Kéo quân về huy
hoàng. Tự do no ấm. Đây ước nguyện nhân dân.

Chờ Người

lam phương

GHI CHÚ: NHỮNG NHẠC PHẨM DO NHẠC MỚI XUẤT BẢN KHAI SÁNG PHÁT HÀNH ĐỀU ĐƯỢC GHI PHẦN HÀI ÂM (ACCORD)

GIẤY PHÉP SỐ 3466 /PTUDV/KSALP/N
NGÀY 31 THÁNG 08 NĂM 1973

Chú Cuội

Nhạc và lời : Phạm Duy

Hơi Nhanh, Vui

Chợ Neo-Thanh Hoá 1949

Trăng soi tóc thề
Đưa trai gái về
Tình ơi ! Nửa đường thôn quê
Gặp đàn em bé
Hát vè một câu.
Câu thơ Chú Cuội
Mà lấy Tiên Nga
Cuội ơi ! Để trâu ăn lúa
Ngồi trên lưng gió
Tình yêu mặn mà.

Sombre Dimanche (chủ nhật buồn)

nhạc SERESS REZSO

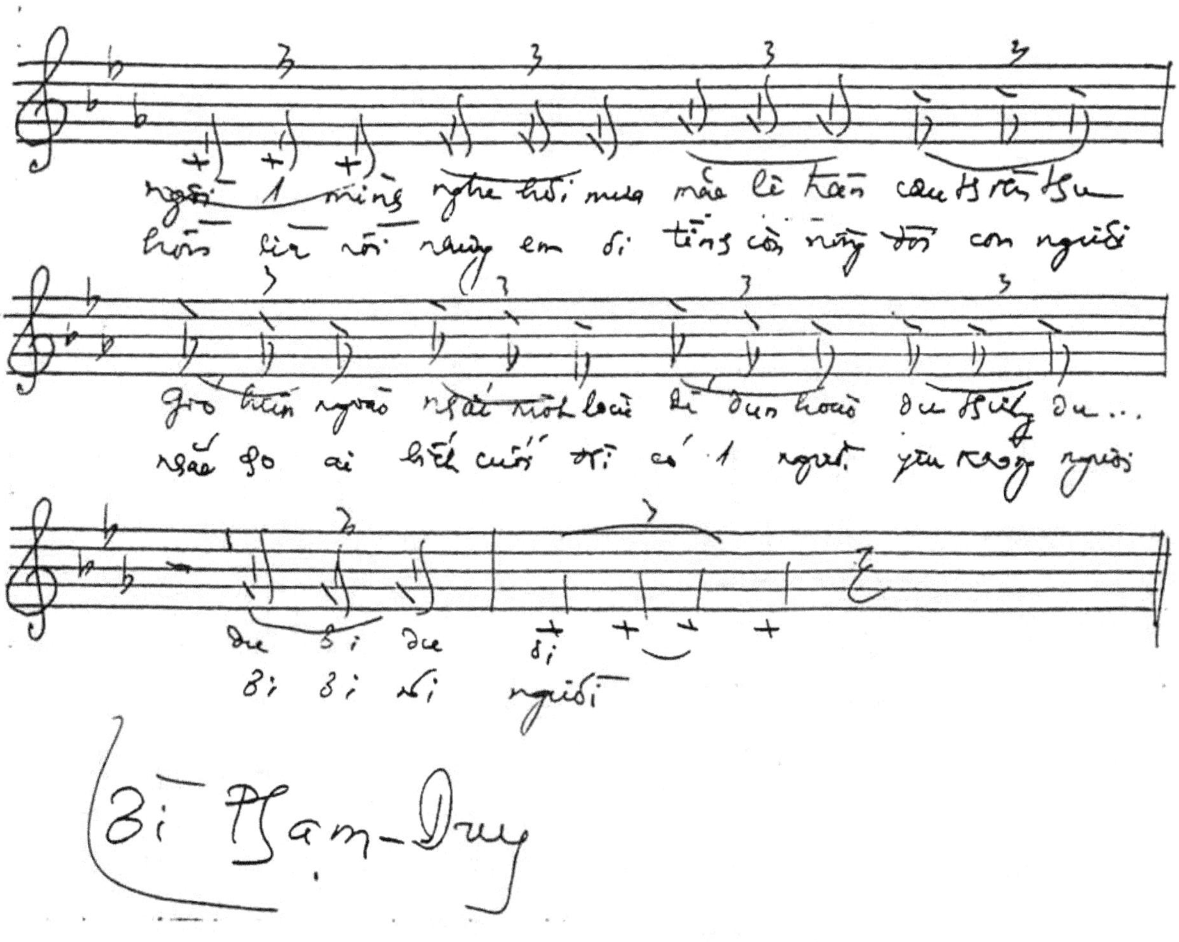

Chùa Hương

(1943)

của *HOÀNG - QUÝ*

II

Dừng chân, ngắm trời nước mây, nhuốm trong nắng tàn,
Chuông chiều buông rơi phút giây dần lan.
Đồi mơ, giữa giòng nước xanh, thoáng dăm bóng thuyền,
Phút tâm hồn sạch hết ưu phiền.
Chiều sương rơi còn đâu đây vang tiếng trầm theo gió,
Tiếng "Nam Mô" êm êm dần lan xa mỗi phút thêm âm trong ngàn mơ.
Chiều sương rơi còn đâu đây vang tiếng trầm theo gió,
Tiếng "Nam Mô" lâng lâng hồn tôi bay theo tiếng chuông nơi xa mờ.
Đường đi bước lần thấp cao, khác chi tới miền,
Non bồng muôn năm sống vui thần tiên
Chùa Hương, giữa giòng nước xanh, biết bao êm đềm,
Phút mơ màng quên hết ưu phiền.

III

Chùa Hương, khói trầm ngất bay, những khi nắng tàn,
Trên đồi non mơ tiếng chuông dần lan
Ngàn cây, với một tiếng chim sót trong nắng tàn,
Đắm tâm hồn vào giấc mơ màng.
Chiều sương rơi còn đâu đây vang tiếng trầm theo gió,
Tiếng "Nam Mô" êm êm dần lan xa xa mỗi phút thêm âm trong ngàn mơ.
Chiều sương rơi còn đâu đây vang tiếng trầm theo gió,
Tiếng "Nam Mô" lâng lâng hồn tôi bay theo tiếng chuông nơi xa mờ.
Chùa Hương, khói trầm ngất bay những khi nắng tàn,
Trên đồi non mơ tiếng chuông dần lan
Ngàn cây với một tiếng chim sót trong nắng tàn,
Đắm tâm hồn vào giấc mơ màng

Chúng Mình Ba Đứa

Song Ngọc & Hoài Linh

RUMBA BOLÉRO

tìm vào sóng nước mênh mông còn riêng mình tôi vai ba lô về khu
này ghi nhớ mãi đêm nay mình ba người tuy không gian chia làm muôn
HẾT
chiến nghe đường dài thêm
lối nhưng là một thôi
Chia tay thế
là đường ai nấy đi cũng là màu xanh chiến
y chỉ gặp nhau thoảng nhanh như làn gió với nét viết trong
thư đôi khi thấy buồn về thăm chốn xưa đôi mắt
đẹp mà cả ba đứa ưa xa em vài
tháng mà giờ trăng tròn lắm muốn hoài ghé thăm Mình có ba...

Chuyện Bến

*nhạc đoàn chuẩn
*lời từ linh

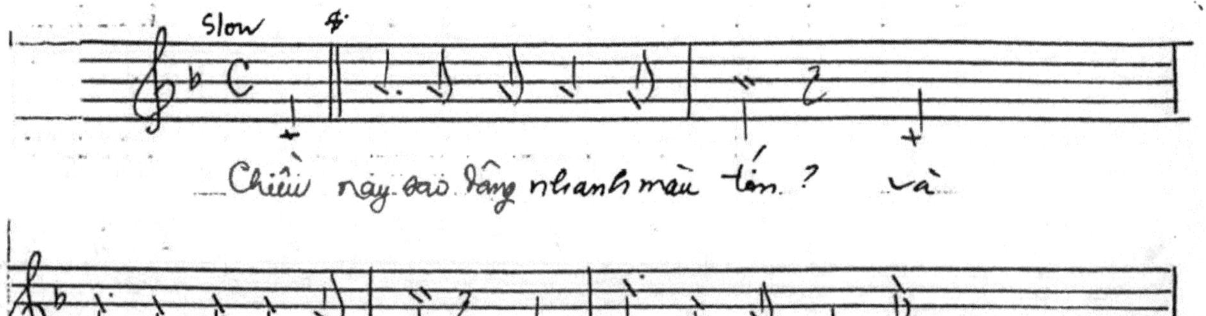

lối một sớm thu về chuyến bến xuôi về nơi đâu nữa
Rồi bến nào? Còn đến nay nữa ta ngồi với
nhau người mất trông trời Ngày mai anh đã xa rồi tình tan
vỡ chìm trong lãng quên Thuyền anh mai ra đi rồi bến mình
anh lênh đênh nơi trời sông Tìm hướng cho lòng tìm bến
mơ từ nay xa cách rồi bến xưa Chiều... xưa...

CHUYỆN BA NGƯỜI

Nhạc: Quốc Dũng
Thơ: Xuân Kỳ

C E7 Am
kẻ thật lâu đứng buồn. Bởi lòng đã trót nặng thương. Thôi ta đứng
E Dm6 Gm 3fr. A7
lại nhường đường em qua. Người đi vui với một người, biết chăng một
Dm E7 Am A7 Dm
người đang cười mà đau. Dù sao cũng mối duyên đầu. Dù sao em
Em B7 E Am E A7
cũng qua cầu là xong. Bây giờ chẳng biết làm sao, lẽ nào gặp
Dm E7 Am A♭ 4fr. G C F
lại lẽ nào làm ngơ. Nhà em một bức tường thưa. Chiều nay nhớ
D7 G C♯dim 3fr. Dm G
quá thẫn thờ bước qua. Để nghe được tiếng em cười, để nghe tôi
C
FINE
rót một hơi thở buồn.

Chuyện Buồn Năm Cũ

Song Ngọc & Hoài Linh

quên đi thì thôi nhớ lại lòng bồi hồi giòng sông vẫn trôi ngăn tình anh với tôi
lối xưa tuy gần mà xa xôi phương Nam chốn tự do sao anh vẫn thờ
ơ miệt mài mãi bước chân vào đêm thâu ghé đây tìm về nhau tôi anh nối nhịp
cầu mình lại bên nhau. Ngại ngùng gì khi người em gái chốn quê xưa mong chờ giây phút anh
về Đợi chờ gì khi tuổi xuân như áng mây trôi hoa nào không phai sắc tươi
Tôi đếm sao nhớ một người kết trăng nước thành lời mặn mà nhờ gió trao anh
ơi giờ đây nếu tình còn lưu luyến lối xưa xin người đừng quên

CHUYỆN HỢP TAN

Nhạc: Quốc Dũng
Lời: Nguyễn Đức Cường

Am E F Dm E7
Để rồi mình ta âm thầm từng chiều vắng nghe tím mãi mơ màng chuyện hợp
Am Am E
tan. Mai trên ngàn lối biết
Dm Am G G7 C
đời còn cho ta được ngày vui ước mơ lần về xóa nỗi đơn côi, chúng
Bm7 Dm E
mình lại thao thức bao buồn vui.
F Am Dm6 Am
Đêm nay tiễn đưa giây phút cuối vẫn còn tay ấm tay. Mai sẽ thấm cơn
C Am D E7
lạnh khi gió bay cùng những lúc mưa gọi thương nhớ
Am
FINE
nầy.

Chuyện Ngày Cuối Năm

Song Ngọc

ta . Xuân ơi, Xuân lại đến xin đau thương ngũ
yên tĩnh Xuân cho ấm hương duyên Năm cũ đã đi
qua xin vận may tìm tới cho muôn người vui trọn tình
Xuân . Cuối năm ngồi tính lại sổ đời
Công danh, lợi, duyên một năm lở rồi .
Chuyện đời là mây nước trôi Xuân ơi mùa Xuân này
HET
tới trên gác nghèo mơ mộng nở hoa .

Chuyện Tình Buồn

Nhạc: PHẠM DUY
Thơ Phạm Văn Bình

cuốn nằm chơ vơ gác chuông...
năm năm rồi cách biệt cỏ
hoang sân giáo đường chúa buồn trên thánh giá mắt nhạt nhòa mưa
qua...
ngồi bâng khuâng nhớ biền bên bãi đời quạnh
hiu anh mang lòng thủy thủy cùng tháng năm phiêu du...
anh
một đời dong duồi em tay bế tay bồng chiều hắt hiu xóm
đạo hồi chuông giáo đường vang...
năm năm rồi không gặp từ
khi em lấy chồng bao kỷ niệm chôn kín dường như đã lãng
quên...
năm năm rồi trở lại một màu tang ngút
trời thương người em năm cũ thương góa phụ bên song...

Chuyện Tình Không Suy Tư

Tâm Anh

F#m C#m E
yêu. Em khóc cho ai đêm này? Ai khóc cho em ngày
F#m A F#m Bm E A
mai? Thôi em về. Thôi em về. Dù anh hay vô
C#m D Bm E
tình. Vì em, em còn suy tư. Xa anh rồi, xa anh
A Bm F#m E F#m
rồi. Còn đâu còn đâu nữa. Tìm đâu mắt môi người yêu. Tình
F#m A Bm D
yêu sao còn suy tư. Người đi đã vui chốn xa. Người tình xa tầm tay em. Người
E A C#m E
tình xa em đi rồi. Người ơi! Còn thương chi nữa giết chết thơ
F#m C#m E F#m
FINE
ngây. Em khóc cho ai đêm này? Ai khóc cho em ngày mai?

CHUYẾN ĐÒ VĨ - TUYẾN

NHẠC VÀ LỜI : **LAM - PHƯƠNG**

AD. LIB.
DOLCE
hơ . . . Em và cùng anh xây một nhịp cầu đề mai
đây quân Nam về Thăng - Long đem thanh bình sưởi ấm muôn
ATO
lòng. Sương khuya rơi thắm ướt đôi mi tìm em lạnh
lẽo như chiều đông ngoài biên thùy. Ai gieo chi khúc hát lâm
ly như khơi niềm nhớ cuộc từ ly lòng nào nùng
bùi ngùi nhìn cách xa ngàn trùng giờ đây anh điều
linh nơi quê nhà đang chìm đắm. Bao đêm thần thức dưới trăng
ngà hồn đắm say chờ đón ngày anh về sưởi lòng nhau . . . nhau . . .
2e FOIS POUR FINIR
ơ . . . ơi . . . hò . . . hò . . . ơi . . . ơi . . . hò
DIM. POCO A POCO
RALL.
ơ . . . ơi . . . hò . . . hò . . . ơi . . . ơi . . . hò . . .

Có Buồn Không Em

Thơ: Kim Tuấn, Nhạc: Song Ngọc

tròn lời ước nguyện. Khi xa xôi còn nhìn mây nhớ nhà.
Đường chiều nghiêng nghiêng âm thầm chiếc bóng Rừng đầy mưa bay che mờ nuối
tiếc. Người còn trông theo đường xa khuất núi sao đành quên.
Tà áo còn bay trong chiều ước mơ Cho anh vời trông về chốn xa
mờ. Mà lòng bâng khuâng vì mình cách trở.
Đường cũ em về có buồn gì không?

Có khi nào...
anh nhớ đến em

Minh Kỳ Lê Dinh

khuày Thương lên khóc mắt người cuối đường mây vẫn thân cát bụi đêm
ngày, cuộc sống tối tăm u hoài. Anh phương nào xa
vang nghe chăng lời tha thiết nơi quê nhà năm tháng em mong người xưa
về Khi sương chiều buông xuống bên ven rừng đâu đó anh có nhớ nhung gì
không? Miền Nam anh hỡi có em đang chờ
Người anh thương mến sớm quay về đây Chung tay góp sức mình sống vầy
vui ước mơ giấc mộng sau này là những phút giây êm đềm.

CÓ MỘT ĐÀN CHIM

nhạc
phan huỳnh điểu • phan quang định
lời
đặng văn bằng
Trời gió
ngoài kia ơi nghe tiếng chim gọi đàn
ngoài kia

Có Những Niềm Riêng

Nhạc và Lời: LÊ TÍN HƯƠNG

Ôi! nỗi sầu đong chất ngất.
như một ngày như mọi ngày như vạn ngày không thấy đổi
thay. Có những niềm riêng lòng không muốn nhớ
Nhưng bao tâm tư cứ luôn mộng mơ. Có những niềm
riêng gần như hơi thở nuôi ta cô đơn, nuôi ta đợi
chờ. Có những niềm riêng một đời dấu kín.
Như rêu như rong đắm trong bể khơi. Có những niềm
riêng một đời câm nín. Nên khi xuôi tay còn chút ngậm ngùi./-

CÓ NHỮNG CHIỀU THU

Nhạc & Lời: PHẠM MẠNH CƯƠNG

Có phải em mùa thu Hà Nội

Nhạc : TRẦN QUANG LỘC
Thơ : TÔ NHƯ CHÂU

Cỏ Hồng

Nhạc và lời : Phạm Duy

lành. Trời mông mênh, đồi thênh thênh, cỏ chênh vênh chờ đôi nhân
miền. Cỏ không tên, nằm thênh thang, rồi vươn lên vì ta yêu
tình. Rước em lên đồi xanh Rước em lên đồi trinh ...... Mời
nàng. Hỡi ôi con đồi ngoan Hỡi ôi cỏ hồng hoang ...... Cỏ
em lên núi cao thanh bình Cỏ non phơn phớt ôm chân mình. Mời
xanh đổi sắc theo nhân tình Mặt trời cũng đứng soi tia lành. Cỏ
em rũ áo nơi đô thành Cùng ta lên núi cao thanh thanh Em
hoang sao suyến trên ngọn ngành Đỏ như trong giấc mơ lung linh Em
ơi ! Đây con đồi dài như bao nhiêu mộng đời Nghiêng nghiêng nghe mặt trời yêu
ngoan như tình nồng Em bao la mịt mùng Em thơm như cỏ hồng em
đương. Em ơi ! Đây con đồi dài như bao nhiêu mộng đời Nghiêng
ơi... Em ngoan như tình nồng Em bao la mịt mùng Em
nghiêng nghe mặt trời yêu đương... Níu em trên
thơm như cỏ hồng em .... ơi !
2. Fine
Dalat Hạ 1950

Cỏ Úa

Lam Phương

Dm F F6
đớn. Bão tố triền miên ngày em về nhà
C Ams/4 Dm
đó. Buồn hắt buồn hiu ngố đêm sầu cô liêu.
Dm Dm7 Bb C7 F C7 F
Một chiều trên đồi em làm thơ, cỏ biếc tương tư vàng úa.
Dm Dm7 Bb Dm C A
Mộng dệt theo đàn bên người mơ, mới biết mình yêu bao
Dm Dm Gm6 Dm
giờ. Hỡi cố nhân ơi! Chuyện thần tiên xa vời. Tình đã như
A Dm F F6
vôi mong gì còn chung đôi. Cứ cúi mặt đi để nghe đời lầm
C Ams/4 Dm
lỗ. Đừng níu thời gian cho thêm sầu vương mang.

Cỏ xót xa đưa

Trịnh Công Sơn

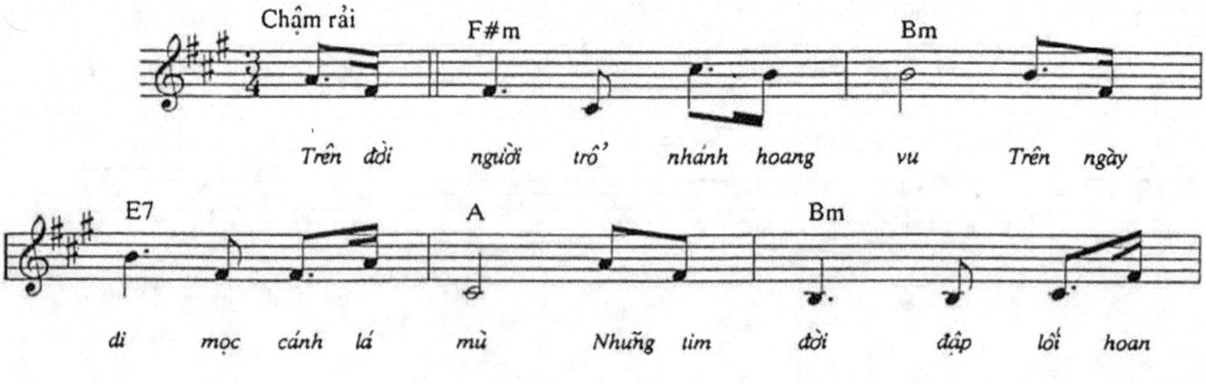

C#7 F#m Bm E7
phế Dưới mặt trời ngồi hát hôn mê Dưới vòng nôi mọc từng nấm
A C#7 F#m
mộ Dưới chân ngày cỏ xót xa đưa. Người đã
Bm C#7 F#7
đến và người sẽ về bên kia núi Từng câu nói là từng cánh buồm giong cuối
Bm C#7 F#m
trời Còn lại tiếng cười khóc giữa đời Dưới ngọn
F#m Bm E7 A
đèn một bóng chìm qua Giữa đường đi một người đứng gọi Có biết
Bm C#7 F#m Bm
gì về ngày chưa tới Những ngày ngồi ru tóc âm u Nghe tiên
E7 A C#7 F#m
thần về chào bóng lạ Những mai hồng ngồi nhớ thiên thu.

Con gái

Nhạc và lời : NGỌC LỄ

Đừng nghe những gì con gái nói. Đừng nghe những gì con gái nói.
Hãy nhìn vào đôi mắt em đây. Hãy nhìn vào tận trái tim này.
Hãy nhìn vào đôi mắt thơ ngây. Anh sẽ hiểu được trái tim em. Trời
có lúc nắng lúc mưa. Trời có lúc mưa lúc nắng. Con gái có lúc hiền
vẫn cứ nắng cứ mưa. Con gái lúc mưa lúc nắng. Con gái thế đấy bạn
như nai. Con gái có lúc như bà chằn. Trời... Đừng nghe những gì con gái nói.
ơi. Mà sao con trai nhớ thương từng ngày.
Đừng nghe những gì con gái nói. Hãy nhìn vào đôi mắt em
Hãy nhìn vào đôi mắt thơ
đây. Hãy nhìn vào tận trái tim này.
ngây. Anh sẽ hiểu được trái tim này.

Con gái bây giờ

Disco soul

Nhạc và lời : QUỐC HÙNG

Dm G C F G
gái bây giờ thích làm duyên Con gái bây giờ hay giả
C E7 Dm G C
vờ Con gái bây giờ thích làm ngơ Con
G 1. Am 2. Am
gái bây giờ quá thờ ơ. Con ơ.
4 Dm Am
Ta biết yêu là sẽ đau
F E7 Dm
Ta sẽ yêu nàng kiếp sau Xin giống như một
Am F G Am
giấc mơ Vì con gái bây giờ khó yêu và dễ yêu.
(dễ) (khó)

CON ĐƯỜNG MÀU XANH

Pop Ballad

Music & Words
Trịnh Nam Sơn

2
D/F# Em7 Am7 C
muốn thấy em u sầu tôi mong em từ nay hãy xoá
D G
hết tâm tư buồn vương Người yêu hỡi vẫy tay biệt ly em thênh
D/F# Em7 G
thang trên con đường tình giọt nước mắt hãy lau thật khô tình yêu
D/F# Em7 Am7 C
To Coda
đã tan theo mây trời tôi mong em từ nay nhìn lại
C Dsus4 D
con đường em đi trên đầy màu
G C/G G/C D
D.S. al Coda
solo
xanh
Coda
C Dsus4 1. D 2. D
con đường em đi trên người yêu đầy màu
G C/G
xanh

CÒN MỘT ĐÊM NAY

Nhạc & Lời: PHẠM MẠNH CƯƠNG

Cùng nhấp nốt chén rượu cay Ngày mai anh nơi biên thùy tôi
nơi kinh kỳ năm tháng biệt ly Mai sớm anh từ giã phố phường
Theo bóng cờ người đi chinh chiến Anh chớ quên rằng nơi quán
nhỏ, một người vẫn mong chờ ngày ấy anh về

Còn ta với nồng nàn

Nhạc và lời : QUỐC BẢO

Em
Am
Em
em ngoan ơi. nói câu tình Cho thân ta tái sinh
em ngoan ơi lắng nghe này Cây xanh lên tiếng đây
G
B7
Em
Cứ nói khẽ nói khẽ thôi là khiến ta vui rồi.
Gió đã nói với lá non rằng mắt em trong ngần.
Em
Am
Em
Em tung tăng đến nơi này gọi gió về cho lá bay
Em ngoan ơi hãy ra nhìn trời đất ngập trong nắng vàng
C
G
B7
Gần lại đây ngắm những thênh thang bên đời
Ngồi lại đây ngắm những hân hoan bên đời
1. Em
2. Em
Còn ta với nồng nàn.
Còn ta với nồng nàn.

CÔ BÉ NGÀY XƯA

Hoài Linh

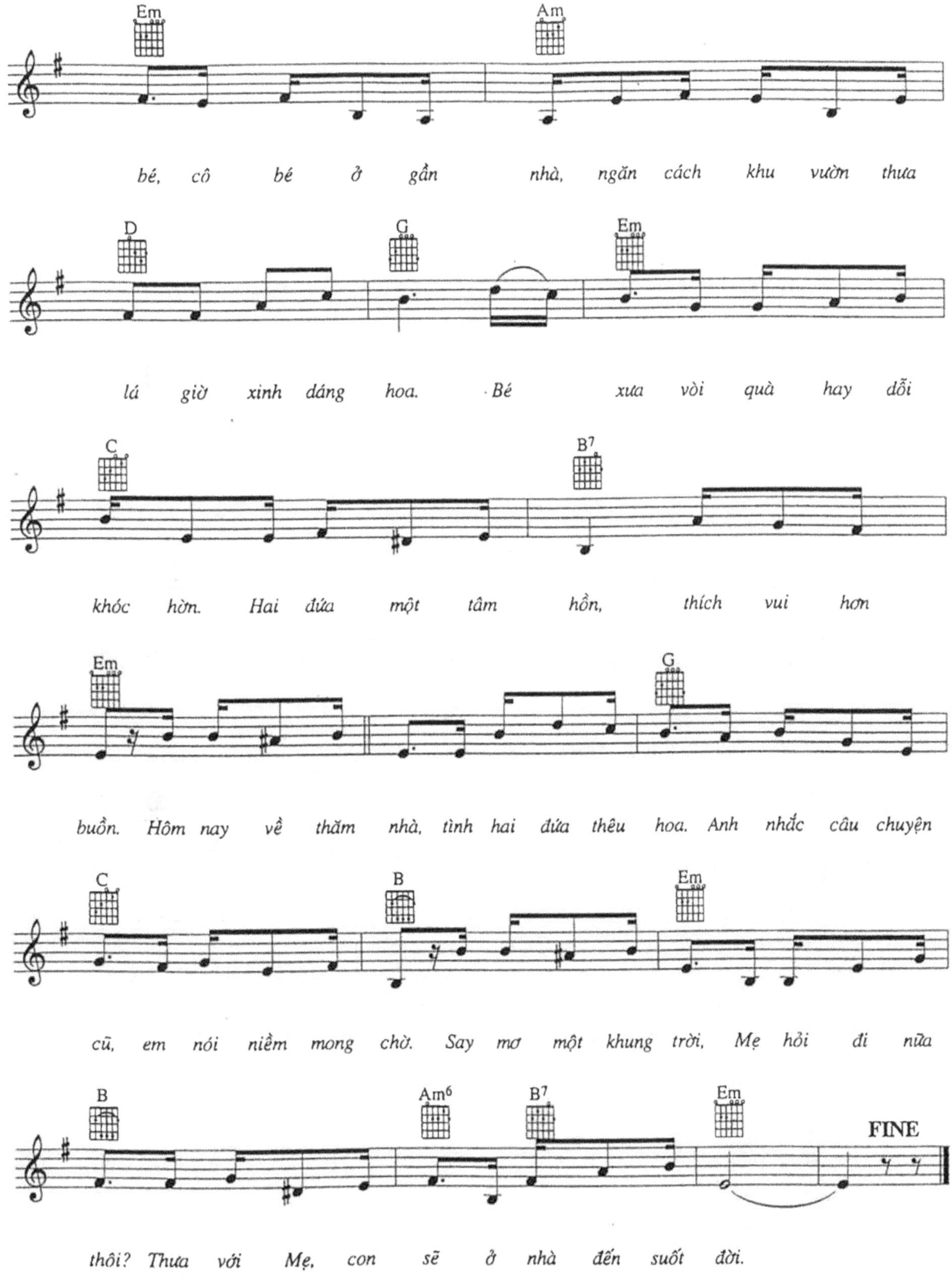
Em Am
bé, cô bé ở gần nhà, ngăn cách khu vườn thưa
D G Em
lá giờ xinh dáng hoa. Bé xưa vòi quà hay dỗi
C B7
khóc hờn. Hai đứa một tâm hồn, thích vui hơn
Em G
buồn. Hôm nay về thăm nhà, tình hai đứa thêu hoa. Anh nhắc câu chuyện
C B Em
cũ, em nói niềm mong chờ. Say mơ một khung trời, Mẹ hỏi đi nữa
B Am6 B7 Em
FINE
thôi? Thưa với Mẹ, con sẽ ở nhà đến suốt đời.

Cô bé có chiếc răng khểnh

Vui tươi

Nhạc và lời : TRẦN THIẾT HÙNG

Cô bé ơi! Cô bé ơi! Lỡ gặp làm chi rồi vấn
vương. Ơi nhớ thương ơi nhớ thương Tháng
ngày ngỡ như chuyện hoang đường. Cô bé đâu là hoa mắc
cỡ Mà sao rụt rè nhút nhát bé ơi Cô bé là nụ hoa mới
nở để đêm buồn day dứt những lời thơ. Này cô bé có chiếc răng
khểnh Sao thừa một cái chắc để làm duyên Vội vàng
chi mà sao cô không biết Để lại tôi năm tháng nhớ thương hoài.

Cô đơn

Nhạc và lời : NGUYỄN ÁNH 9

Nhạc sĩ Nguyễn Ánh 9
(1940-2016)

Cô Hái Mơ

Thơ Nguyễn Bính - Phạm Duy phổ nhạc

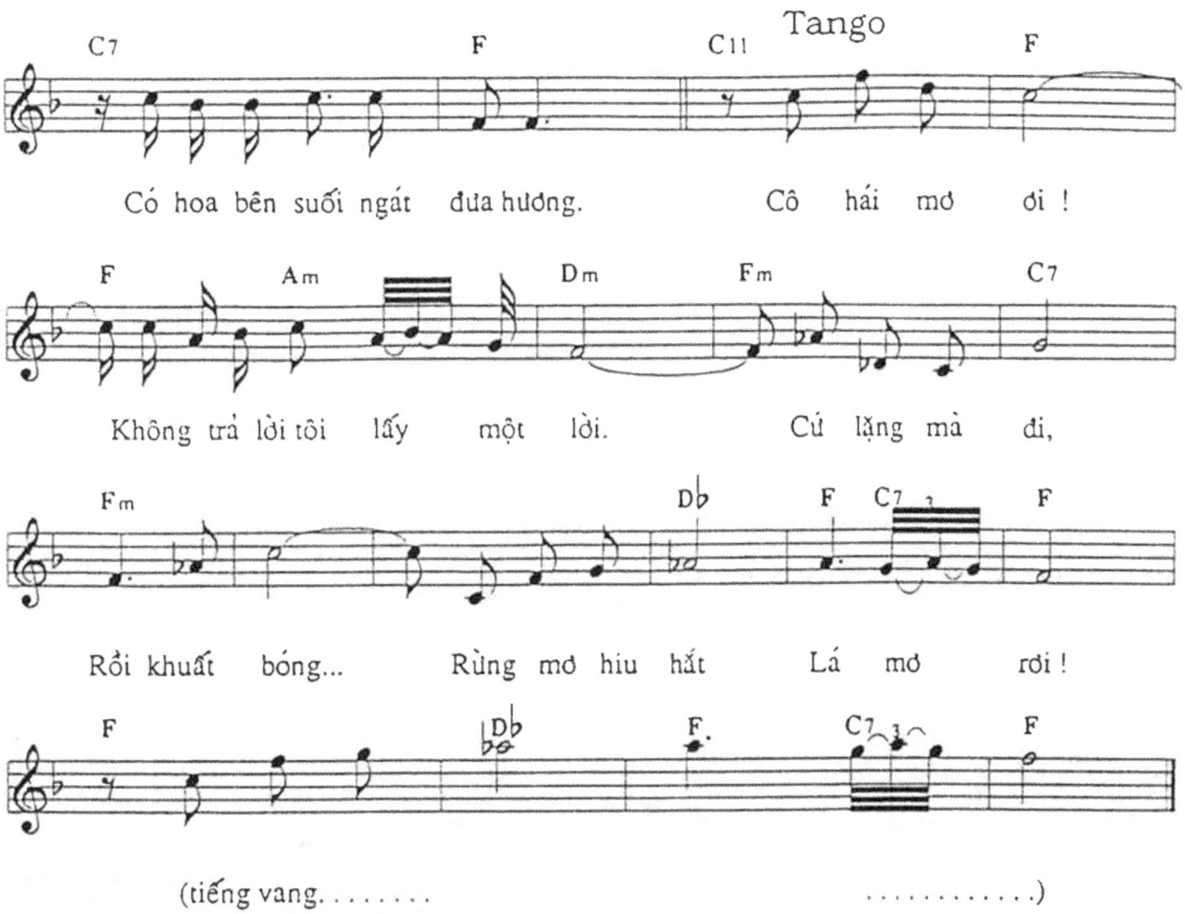

Hưng Yên 1942

CÔ HÀNG NƯỚC

Vũ Minh

C Am D7 G
duyên ghê. Làm ta say đắm bao tháng ngày. Chiếc áo nhuộm màu nâu
ngoan a. Nàng dâu đôi má dám nắng hồng. Quyết chí rạm vợ cho
Em G7 C Am
non a. Với dáng người nàng thon thon a. Làm ta say đắm bao ngày
con a. Quyết chí tìm nàng dâu ngoan a. Làm sao cho xứng đôi vừa
D7 Am D7 G D7
Ad. Lib
tháng. Vì em xinh quá xinh là xinh. Nàng ơi! anh đã yêu
lứa, làm sao cho xứng đôi vừa đôi" Nàng ơi! Anh đã mơ
G G Em G7
A.Tempo
nàng. Quyết chí cùng nàng nên duyên a. Bỏ lúc vì nàng thâu
rằng. Đám cưới vợ chồng đôi ta a. Khắp xóm cùng làng ra
C Am D7 G
đêm a. Rồi đây anh sẽ anh sẽ về. Nói với cùng mẹ cha
xem a. Người ra xem đứng rồi nói rằng: "Đám cưới thật là to
Em G7 C Am
anh a. Sẽ tới hỏi nàng cho anh a. Cùng nhau chung sống trong mộng
ghê a. Đám cưới thật là xinh đôi a. Người ta cầu chúc chú rể
D7 Am D7 G G
2.
thắm. Cùng nhau chung sống bao ngày xanh. Hò
mới. Cùng cô dâu sống đến bạc.... ....đầu (Rồi ngày ngày)

Cô Hàng Cà Phê

Canh Thân

E
C#m
cho nhiều chàng chết mê mệt. Đi đâu cũng ghé qua hàng. Mong
đến một ngày ốm la liệt. Không sao lê bước đến hàng. Anh
F#m
B
E
trông thấy bóng cô nàng, thì trong lòng chàng mới yên. Hôm
mong bóng dáng cô nàng, hiện đến dịu dàng với anh. Thương
C#m
F#m
B
nao dưới bóng trăng mờ. Tôi mơ ngắm cánh tay ngà. Nhẹ
thay lữ khách bên đường Cô mang thuốc đến cho nàng. Ngờ
E
C#m
nâng ly trà ướp sen ngạt ngào. trông cô dón dén ra vào. Đôi
dâu con người trước bao hiên ngang. Lim dim khóe mắt hoe vàng. Anh
F#m
B
Em
môi thắm cánh hoa đào. Lòng tôi rạt rào muốn xiêu. (Một chàng)
đi sắp đến thiên đàng vừa lúc cô hàng biết....
E
A
E
....yêu. Giờ đây đã mấy năm qua, có lúc mơ về đường
A
B
Bm
B7
E
FINE
xa. Tôi nhớ những đêm trăng tà, cô hàng với bàn tay ngà.

Cô lái đò.

thơ : Nguyễn Bính
nhạc : Nguyễn đình Phúc

Nhạc sĩ Nguyễn Đình Phúc
(1910-2001)

Cô Láng Giềng

Hoàng Quí

Dm Bb Dm F
tôi. Giây phút êm đềm ngày xưa kia khi còn ngây thơ.
tôi. Đến phút êm đềm ngày xưa kia khi còn ngây thơ.
A7 Dm F
Cô láng giềng ơi! Tuy cách xa phương trời tôi không hề quên
Cô láng giềng ơi! Tuy cách xa phương trời tôi không hề quên
Bb Dm Bb Dm
bóng ai bên bờ đường quê. Đôi mắt đăm đăm chờ tôi về. Năm
bóng ai bên bờ đường quê. Đôi mắt đăm đăm tìm phương về. Đành
Am Dm
xưa khi tôi bước chân ra đi. Đôi ta cùng đứng bên hàng tường
lòng nay tôi bước chân ra đi. Giơ tay buồn hái bông hồng tường
F A7
vi. Em nói rằng em sẽ chờ đợi tôi. Đừng nói đến phân
vi. Ghi chút tình em nói chờ đợi tôi. Đừng nói đến phân
Dm Am Dm C7 F
ly. Cô láng giềng ơi! Nay bóng hoa bên thềm đã thắm rồi. Chân
ly. Cô láng giềng ơi! Nay mối duyên thơ đành lỡ làng rồi. Chân
Dm F Bb Dm
bước vui bên bờ đường quê. Em có hay chăng giờ tôi về.
bước xa xa dần miền quê. Ai biết cho bao giờ tôi về.

CON ĐƯỜNG NĂM XƯA

Thơ: LÊ HÂN
Nhạc: NHẬT NGÂN

Nhạc sĩ Nhật Ngân
(1942-2012)

Con Đường Tình Ta Đi

Nhạc và lời : Phạm Duy

Con đường mộng hoa xưa, vẫn từng đôi từng lúa
Con đường vào mộng mơ, con đường mặn mà...
Hỏi người tình Văn Khoa, bóng người trên hè phố
Lá đổ để đưa đường cho người tình Trưng Vương.
Hỏi người tình Gia Long, hỏi người trong cuộc sống
Con đường này xin dâng cho người, bình thường.
Hỏi người tình xa xăm, có buồn ra mà ngắm
Con đường thảnh thơi nằm nghe chuyện tình quanh năm.
(hát thêm để Hết)
Con đường thảnh thơi nằm nghe chuyện tình quanh năm.

CON ĐƯỜNG XƯA EM ĐI

Đã do Thanh-Tuyền và Chế-Linh
thu thanh vào dĩa hát Việt Nam
Hòa âm và ban nhạc : Y-Vân

CHÂU KỲ — HỒ ĐÌNH PHƯƠNG

Slow Boléro

Giấy phép Số 3577 BTT/NBC/PHNT
ngày 1-8-1969

Các bạn đã có : Con đường xưa em đi
thì bạn hãy đón bài ca tiếp nối Con đường xưa !!
với nhan đề : **ĐỪNG NÓI XA NHAU**

CON THUYỀN KHÔNG BẾN

Đặng Thế Phong

Dm Gm C7 F Am
bến? Thuyền ơi, thuyền trôi nơi đâu? Trên con sông Thương
Dm B♭ Dm
nào ai biết nông sâu! Nhớ khi chiều sương cùng
F B♭ Dm B♭
ai trắc ẩn tấm lòng. Biết bao buồn thương thuyền
Dm C7 F Gm
mơ buông trôi xuôi dòng. Bến mơ dù thiết tha thuyền
A7 Dm B♭ Dm
ơi! Đừng chờ mong. Ánh trăng mờ chiếu một con
Gm C7 F Am B♭
thuyền trong đêm thâu. Trên sông bao la thuyền mơ bến nơi
Dm
1.
2.
FINE
đâu? Đêm nay thu sang cùng heo......
.........đâu

Còn Chút Gì Để Nhớ

Thơ: Vũ Hữu
Nhạc: Phạm Duy

Am F C Dm
gần. Phố xá không xa. Nên phố tình thân. Đi dăm phút đã về chốn
F G G7 C
cũ. Một buổi chiều nao. Lòng bỗng bâng khuâng. Xin cảm ơn thành phố có
Am Em C Dm
em.. Xin cảm ơn một mái tóc mềm. Mai xa lắc trên đồn biên
F G7 C
giới. Còn một chút gì để nhớ để quên. Xin cảm
E♭ Cm Gm
ơn! Thành phố có em. Xin cảm ơn! Một mái tóc
E♭ A♭ Fm B♭7
mềm. Mai xa lắc trên đồn biên giới. Còn một chút gì để nhớ để
E♭ B♭7 E♭ A♭ E♭
FINE
quên. Còn một chút gì để nhớ để quên..... (để quên)

Còn Gì Nữa Đâu

Nhạc và lời : Phạm Duy

Dm Am Dm G7 Cm G7
lâu Còn chi nũa đâu ! Còn gỉ nũa đâu ? Mà kể với
Cm Cm Gm
nhau Vết thương đầu ngày nào Có sống bao đời sau Thỉ dà mất
Cm Gm CODA Cm rall Gm
nhau Còn gỉ nũa đâu ! Còn gi nũa đâu ? Mà gọi mãi nhau !

Saigon 1960

Còn Thương Rau Đắng Mọc Sau Hè

Bắc Sơn

G Am
dong nắng dầm mưa. Ai cách xa cội nguồn, ngồi một mình
dong nắng dầm mưa. Xin nắng hạ thôi buồn, để mình ngồi
C D
nhớ lủy tre xanh, dạo quanh khung trời kỷ
nhớ lủy tre xanh dạo quanh khung trời kỷ
F Em Am
FINE
niệm, chợt thèm rau đắng nấu canh. Xin được làm
niệm, chợt thèm rau đắng nấu canh.
Am F Am
mây mà bay khắp nơi giang hồ, ghé chốn quê
D F Am
hương xa rời từ cất bước ly hương. Xin được làm
C F
gió dặt dìu đưa điệu ca dao, chái bếp hiên
C Am E7
sau cũng ngọt ngào một lời cho nhau.

CÒN TUỔI NÀO CHO EM

Trịnh Công Sơn

B C D Em Am
tuổi này. Tuổi nào lang thang thành phố tóc mây cài. Em xin tuổi nào còn
Em G Am Bm Em
tuổi nào cho nhau. Trời xanh trong mắt em sâu. Mây xuống vây quanh giọt sầu. Em
Am Em G B7
xin tuổi nào. Còn tuổi trời hư vô. Bàn tay che dấu lệ nhòa. Ôi!
Am B7 Em E7
Buồn. Tuổi nào ngồi khóc tình đã nghìn thu. Tuổi nào mơ kết mây trong sương
Am Em
mù. Xin chân em qua từng phiến ngà. Xin mây se thêm màu
B C D Em
FINE
áo lụa. Tuổi nào thôi hết từng tháng năm mong chờ.

Cơn mưa phùn.

nhạc & lời: Đức Huy

Nhạc sĩ Đức Huy

CUNG ĐÀN DUYÊN KIẾP

Nhạc: HOÀNG-TRỌNG

Thơ: DUY-VIỄM

Tình Khúc "Cung Đàn Duyên Kiếp" do Hoàng-Trọng phổ nhạc vào thơ của Duy-Viêm. Bài này đã do nhà xuất bản Minh-Phát ấn hành lần thứ nhất năm 1969

Cung Đàn Xưa

Đăng Khánh

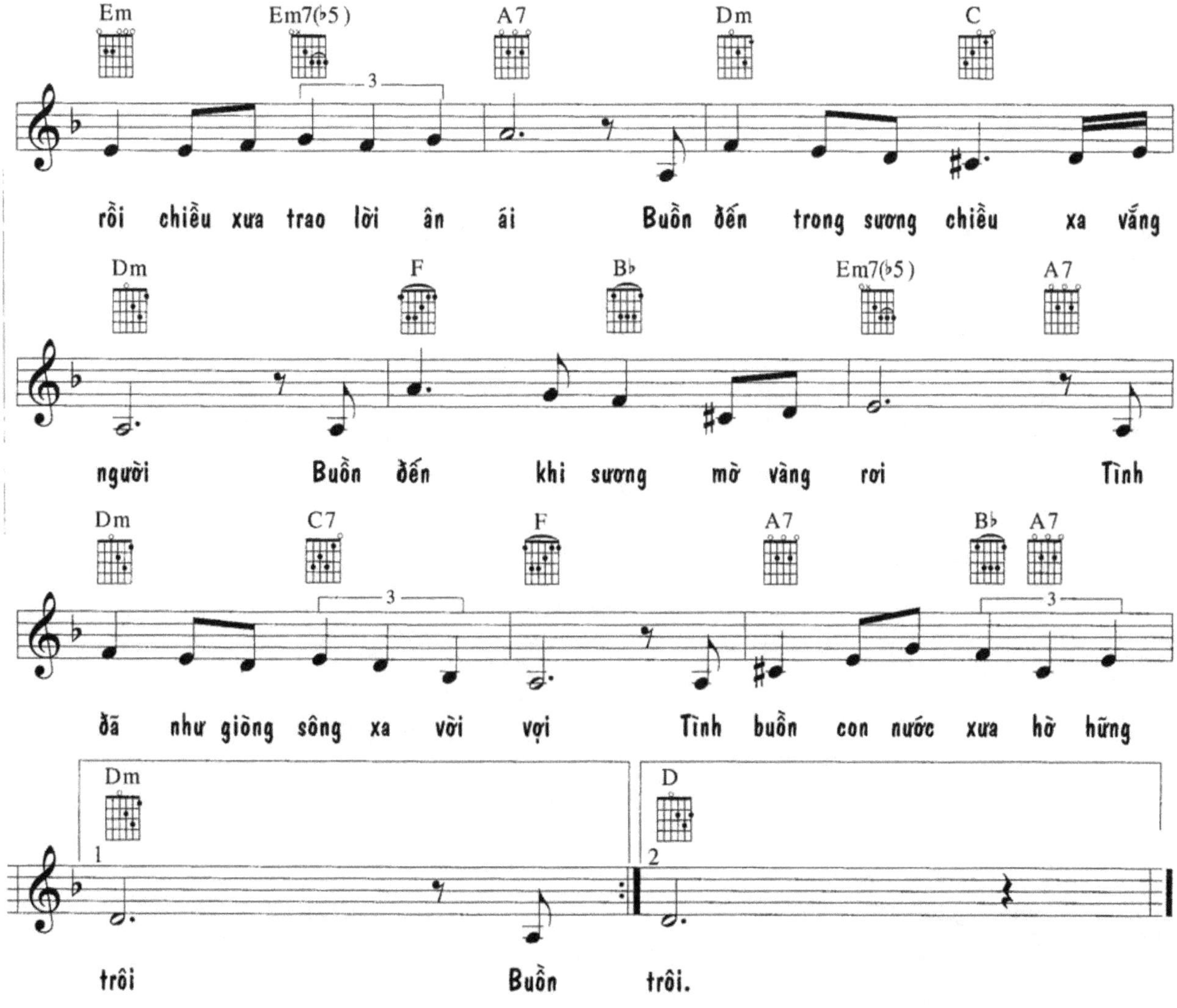
Em Em7(♭5) A7 Dm C
rồi chiều xưa trao lời ân ái Buồn đến trong sương chiều xa vắng
Dm F B♭ Em7(♭5) A7
người Buồn đến khi sương mờ vàng rơi Tình
Dm C7 F A7 B♭ A7
đã như giòng sông xa vời vợi Tình buồn con nước xưa hờ hững
Dm D
trôi Buồn trôi.

CUỘC TÌNH ĐÃ MẤT

Xuân Vinh

C7 F C7
triền núi xa xăm, xuôi vào thung lũng sâu cuộc
F F Dm
đời theo bước nhau. Hỏi tình yêu biết ai ngóng đợi. Hỏi người
C7 F B♭ Am
thương vui hứa bao câu. Để ngày xưa ta trót trao nhau. Những chân
C7 F Dm
thành thương mến thâm sâu. Hỏi trời xanh có chăng định mệnh. Để đời
C7 F B♭ Am
tôi sao mãi lênh đênh. Cuộc tình như cút bắt bên nhau. Để u
C7 F
FINE
sầu vương đến mai sau.

CUỐI CÙNG CHO MỘT TÌNH YÊU

Thơ : TRỊNH CUNG

Nhạc: Trịnh Công Sơn

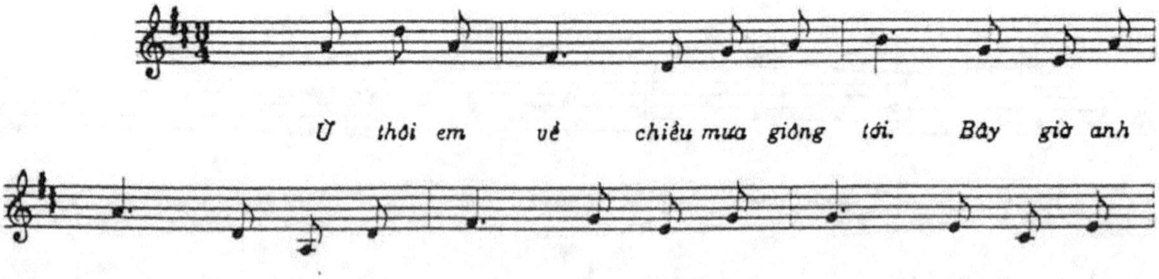

mỏi, thời gian nơi đây. Bây giờ anh vui, một linh hồn
rồi tình yêu xưa này. Một lần yêu thương, một đời bão
nổi. Giã từ giã từ chiều mưa giông tới. Em ơi em
ơi... Sầu thôi xuống đây làm sao em nhớ, mưa ngoài sông
bay, lời ca anh nhớ nỗi lòng anh đây
Rall... Coda
Sầu thôi xuống đây, sầu thôi xuống (n) đây.

Dạ Khúc

(1955)

Lê Trọng Nguyễn

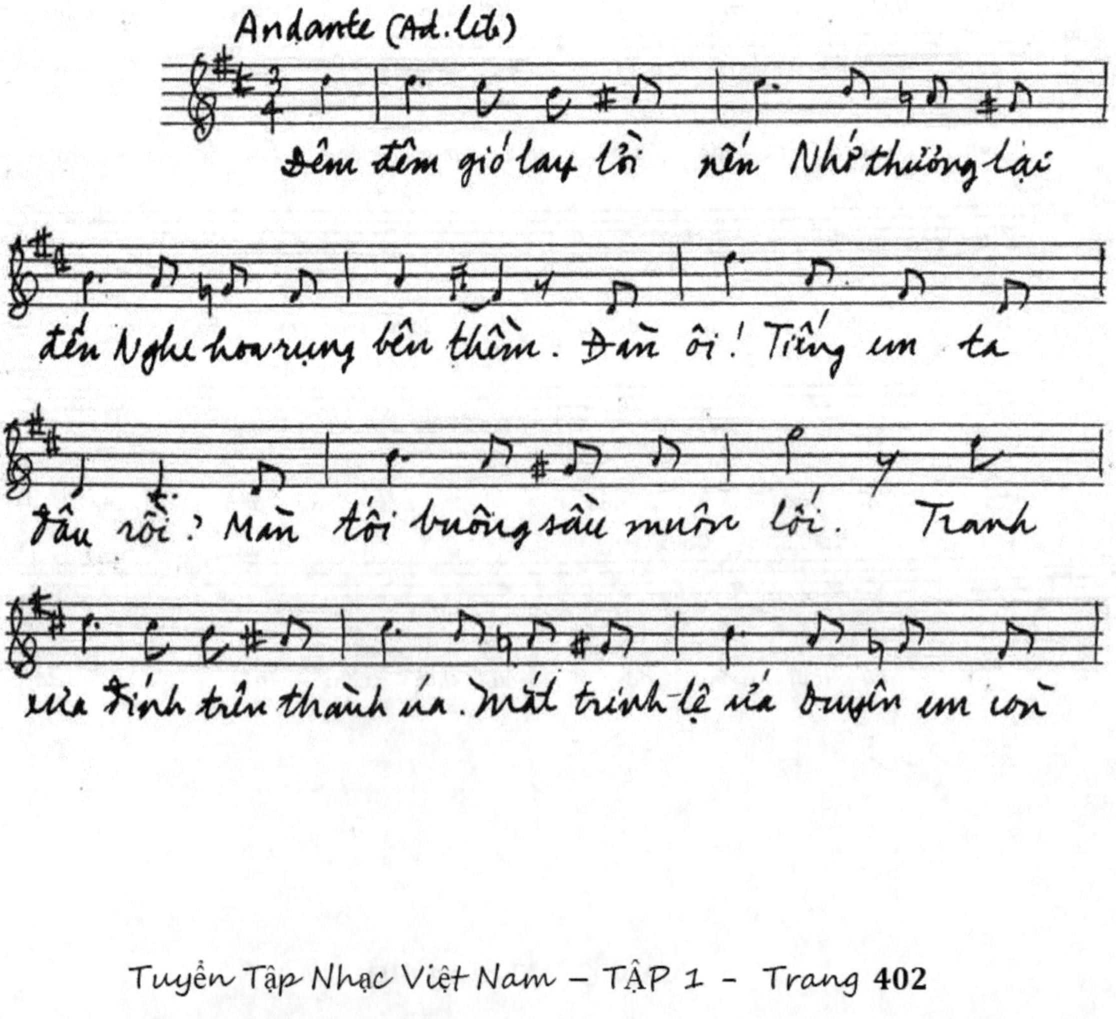

trên lụa Mã chữ nhà vương hương khói tang màu
sắc ghi nét thời gian. Mẹ hiền gục đầu dâng hoa trước
án hương Nghẹn ngào lệ già hoen thềm nếp má nhăn Tường
rừng tàn lên cho xóa bớt nhớ thương Mã là chữ cao sâu hồ phím
giá băng. Đêm tím gió đông lệ rền Ngắm tranh triều
mến Bên tường cầm im tiếng Đợi chờ hồn hoa xưa
thoát hương. Dạ khúc gây gió ngàn phương.

DẠ KHÚC
SÉRÉNADE
FRANZ SCHUBERT

— FRANZ SCHUBERT, (SÉRÉNADE DẠ KHÚC), sinh ngày 1-1-1797 ở Vienne, kinh đô Áo, chết ngày 19-11-1828, chỉ sống có 31 tuổi, nhưng đã để lại tiếng lẫy lừng với trên 600 nhạc phẩm, gồm đủ các loại hòa tấu khúc danh tiếng.

Năm 14 tuổi, Schubert đã soạn hòa tấu khúc đầu tiên, bản « hòa tấu trên UT (Đô) đoản ».

Khi 21 tuổi, Schubert đã có mối mối tình thơ mộng : chàng dạy đàn ở nhà Bá Tước Esterhary và yêu cô bé Caroline 17 tuổi. Chính nhờ tình yêu này mà Schubert đã có những tình khúc tuyệt vời như bài Sérénade.

Ngay từ thời trẻ, Schubert đã được bậc thầy của âm nhạc Đức thời ấy, là Beethoven, cực kỳ yêu mến. Và khi chết, chính Schubert đã được an táng ở ngay bên mộ Beethoven.

Chiều buồn nhẹ xuống đời Người tình tìm đến người
Tình đời tỏa ngát màu Chiều nay là lúc đầu

Thấy run run trong chiều phai Vẻ sầu của đóa cười
Nói cho nhau nghe đời sau Nhẹ nhàng người đắm sầu

Tình bên của lứa đôi Thoáng hương trong chiều rơi.
Kề lề chuyện kiếp nào. Có ai chia lìa nhau.

Chiều nay hát cho xanh câu yêu đời Cho người thôi khóc thương ai !
Một ngày đó tóc mây đã phai màu Có chờ ta oán trách đâu ?

Cho niềm yêu đến bên tôi ! Chiều nay lỡ ghé môi trên mi sầu
Có vì duyên kiếp không lâu ! Đời sẽ thấy chúng ta sống không cầu

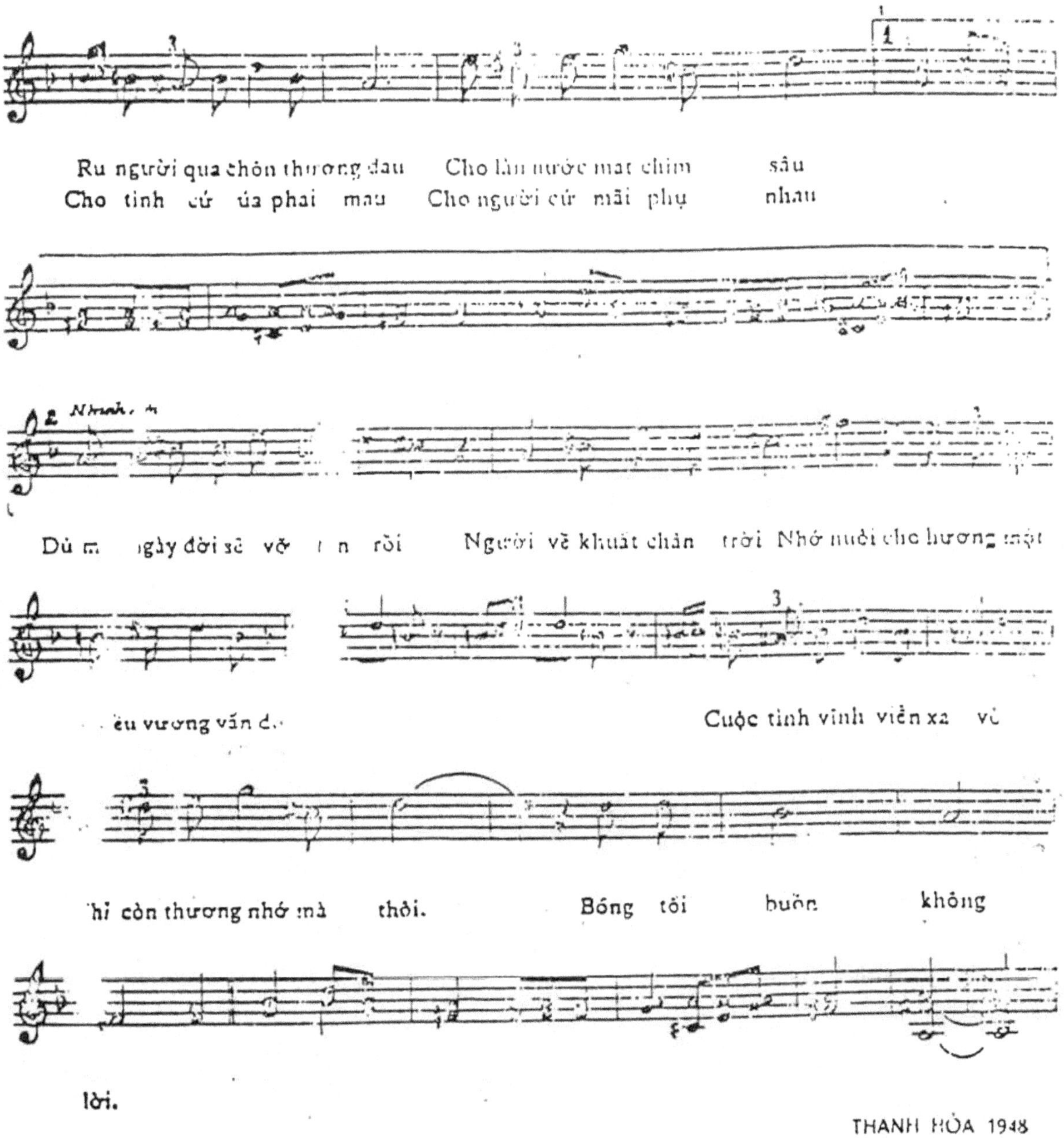
Ru người qua chôn thương đau
Cho làn nước mắt chìm
sâu
Cho tình cứ úa phai màu
Cho người cứ mãi phụ
nhau
Dù m ngày đời sẽ vỡ n rồi
Người về khuất chân trời
Nhớ nuôi cho hương một
ều vương vấn đ
Cuộc tình vĩnh viễn xa vi
hì còn thương nhớ mà thôi.
Bóng tối buồn không
lời.
THANH HÓA 1948

DẠ KHÚC

Nguyễn Mỹ Ca

Andantino (♩= 80)

Dm C Am G7
buồn. Bồn chồn trong đêm tối. Lần dò chơn theo lối mấp
C Dm C Dm
mô. Ôi! Cung đàn réo vang đêm trường.
Am Dm C E7 Am
Giây tơ gào gió đê mê lòng. Lệ tràn vì đâu?
A♭ 4fr. G7
Bao tình tê tái. Nương đàn gió bay tìm
Dm C Em
ánh trăng sao. Đàn ai lên cung oán tang tình gieo
C G7 Dm
hờn. Đàn ai ngân theo gió xế xang gieo buồn.
C G7 C
FINE
Bồn chồn trong đêm tối lần dò chơn theo lối mấp mô.

DẠ KHÚC CHO TÌNH NHÂN

Lê Uyên Phương

Chậm, Nhẹ nhàng, Tha Thiết

B7 Em B7
quay về Làm ánh sao đêm lẻ loi Màu tối gương bên đèn
Em C B7 Em C
soi Ân tình sâu vẫn trong đời thủy chung Đời mãi mãi mãi cách
Em G Am 3 Em
xa Dòng nước mắt nóng tiễn đưa xin cho lần cuối tình
Am Em B7 Em Am
ấy đắm đuối thiết tha Vì qua bao nhiêu điêu linh xót xa đắng cay
G B7
trong đời Màn đêm mở huyệt sâu Mộng đầu xin dài
G Am 3 Em 3 Am Em
lâu Một vì sao lạ rơi nghe hồn tê tái trên dòng hương khói bay
Am Em G
Ái ân ơi đừng phụ lòng ta Nhớ thương sâu xin gởi người xa
B7 Am
khóc nhau trong cuộc đời Giấc mơ xưa khăn phủ vành sô
G B7 Em
có yêu nhau ngọt ngào tìm nhau chết bên nhau thật là hồn nhiên

DẠ QUỲNH HƯƠNG

Thơ: Hoàng Ngọc Quỳnh Giao
Nhạc: Phạm Anh Dũng

Nhạc sĩ Phạm Anh Dũng

Dạ « tâm » khúc

tặng anh ngọc

Thơ : Thanh tâm Tuyền
Nhạc : Phạm đình Chương

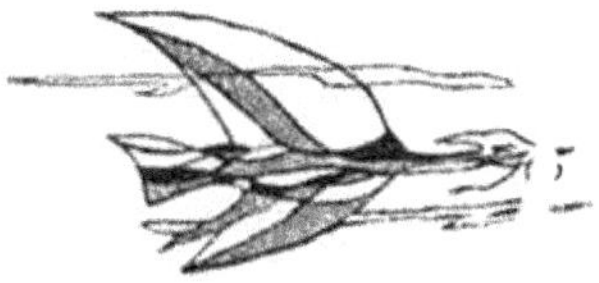

Rall.
Đi đi anh đưa em vào quán rượu Hay nửa đêm Hà - Nội .
Ôm em trong tay mà đã nhớ em ngày sắp tới . Đi đi chúng
A Tempo
ta đến công viên . Nơi anh sẽ hôn em đắm
đuối . Ôi môi em môi em như mật đắng .
Như móng sắc thương đau Như móng sắc thương đau .
đau
FINE

dân ca thương binh

Phạm Duy

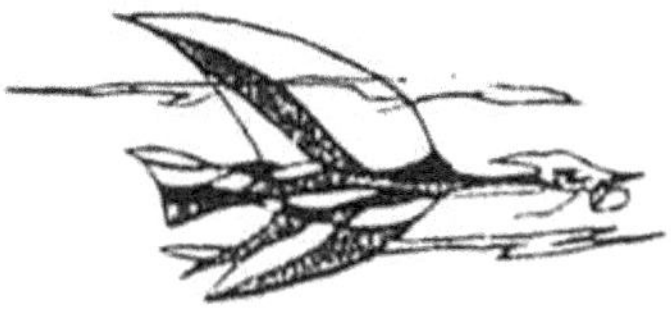

thu có chàng ra lính biên - khu ai đi tung -
hoành — — — Chiều về trên cánh đồng xanh, Chiều
về trên cánh đồng xanh. Chiều quê hằng nhớ người trai, và
em nhìn tháng ngày trôi nhớ người đi đi rồi. Người
về non nước xa - xôi, người về non nước xa - xôi.

Dấu chân địa đàng

Trịnh Công Sơn

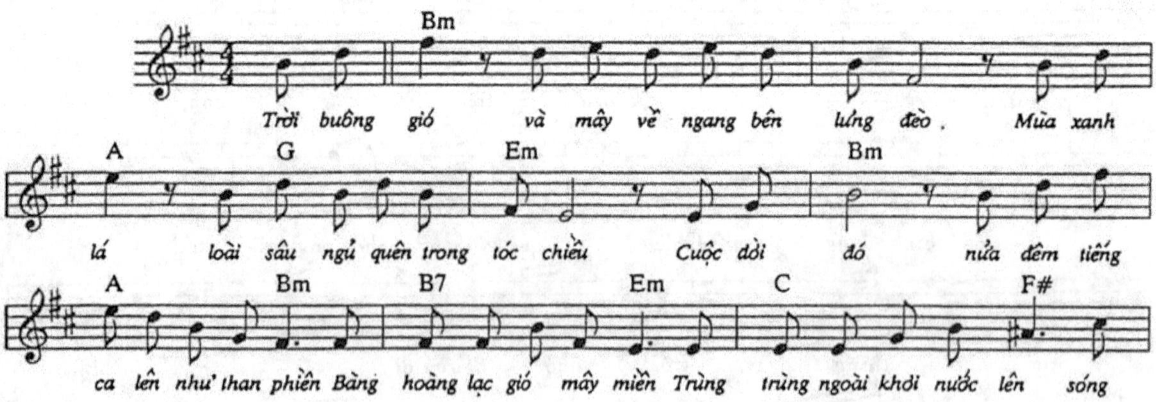

F#7 Bm
mềm . Ngựa buông vó người đi chùng chân đã bao lần nửa đêm
A G Em Bm
đó lời ca dạ lan như ngại ngùng . Vũng u tối loài sâu hát
A Bm B7 Em C F#7
lên khúc ca cuối cùng Một đời bỏ ngỏ đêm hồng Ngoài trời còn dâng nước lên mắt
Bm 3 Em Bm G 3 Em
em Tiếng ca bắt nguồn từ đất khổ từ mưa gió từ vào trong đá xưa Đến bây
Bm A Bm Em Bm G 3
giờ mắt đã mù Tóc xanh đen vầng trán thơ Dòng sông đó loài rong yên ngủ
F# G A Em 3 C F#7
sâu Mỗi hôm nào bão trên đầu Lời ca đau trên cao . Ngàn mây
Bm A G
xám chiều nay về đây treo lững lờ và tiếng hát về ru mình trong giấc
Em Bm A Bm
ngủ vừa Rồi từ đó loài sâu nửa đêm quên đi ưu phiền để
B7 Em C F#7 Bm
người về hát đêm hồng địa đàng còn in dấu chân bước quên .

DẤU TÌNH SẦU

NHẠC VÀ LỜI: NGÔ THỤY MIÊN

2.Dm E7 Am
sầu giận hờn xin ngập lối đi. Đàn dâng tiếng phong kín tuổi
F G Em Am
buồn đường hoang vắng cho lá về nguồn người tìm đến xin gợi nổi
Dm G Em F
hờn. Từ khi gió mang dấu địa đàng đường lên đá che vết nồng
E7 Am E7
nàn người còn nhớ mãi hay quên lời. Và người tìm đến giọng hát mơ
Am A7
hồ. Vết bước năm xưa nay vương âm
Dm Am
thầm. Hàng cây mơ bóng bên đường gọi người khi nắng phai
Dm E7 Am
tàn gọi tình yêu vào lãng quên.

Dấu Vết Tình Yêu

1993

Nhạc & Lời : Ngô Thụy Miên

D A E
tơ Ái ân tràn đầy ý thơ Cho em nhạt mầu nét
A F#m B7 E
môi Ướt mi chiều lên đỉnh khơi Vết lưu đầy gieo thương nhớ.
3 A E
Ngậm ngùi mây trôi sỏi đá không còn vui Nắng tắt ru môi em thơm thật
A A7
buồn Và bàn tay trắng đan mây hoang
D E E7 A
đường Nhịp tình theo gió bay ngang lưng trời Người yêu dấu xin ru mộng thôi.

DĨ VÃNG

Ballad
♩= 70
Music & Words:
Trịnh Nam Sơn
8va otta
Am Bm7(♭5) E7 Am Bm7(♭5) E7(♭9)
Am Am/G F♯m7(♭5)
Ngày xưa em cất bước ra đi không từ giã
Lời yêu thương em nỡ vô tình quên thật sao
Fmaj7 Dm9 B♭maj7
Để lòng ai nuối tiếc mối tình chìm cuối trời xa Ngày đó xa
Còn lại tôi ôm lấy riêng mình tình dưới vực sâu Ngày đó em
Gm7 Am F♯m7(♭5)
nhau đời ngừng tiếng hát Ngày đó chia tay trời buồn ngơ
đi trời buồn ủ rũ Ngày đó chia ly đường về quên
1. Fmaj7 Bm7(♭5) E7sus4 E
ngác quạnh hiu đời tôi Từng năm tháng qua
2. Fmaj7 Bm7(♭5) E7 Am Am9
lối và tôi từ đây tìm ly rượu cay Người
Am7 Dm7 G7
ơi dĩ vãng đã xa em có hay rằng tôi vẫn còn
em dĩ vãng đã qua đêm đã mưa sa tôi vẫn một

Cmaj7 A7 Dm7 Bm7(b5)
thương còn nhớ đôi ta đêm nào quấn quít bên
mình còn em nay ở nơi nào hạnh phúc bên
1. B♭maj7 E7 2. B♭maj7 E7(b9) Am
nhau thân xác rả rời nhau hay đả xót xa
Nảy
Bm7(b5) E Am Am/G
Dù tình đôi ta đả xa rời xa vòng
F♯m7(b5) Fmaj7 Dm9 B♭maj7
tay lời yêu thương em hứa cho người là giấc mộng phai tình vẫn trong
Gm7 Am F♯m7(b5) Fmaj7
tôi ngập đầy nổi nhớ Giọng hát buônglơi ngọt từng hơi thở Đêm cố mình
Bm7(b5) E7 Am Dm7
tôi Và những ngày xưa yêu em yêu
Am Fmaj7 Dm9 E7(b9) Am9
em và tôi sẽ mải yêu em

DIỄM XƯA

Trịnh Công Sơn

1.
2.
3
nhớ Đường dài hun hút cho mắt thêm sâu.
Mưa vẫn hay mưa trên hàng lá... ...đổ Chợt hồn xanh buốt cho mình xót
xa Chiều này còn mưa sao em không lại Nhớ mãi trong cơn đau
vùi làm sao có nhau hằn lên nỗi đau, bước chân em xin về
mau. Mưa vẫn hay mưa cho đời biển động Làm sao em biết bia đá không
đau. Xin hãy cho mưa qua miền đất rộng
Để người phiêu lãng quên mình lãng du
Ngày sau sỏi đá cũng cần có nhau.

DỐC MƠ

NHẠC VÀ LỜI: NGÔ THỤY MIÊN

Fm G C
chờ Dấu đi nỗi ơ thờ Tình ơi Con Dốc
F G C G F
này từ khi được mang dấu giày em về Ngày tháng nào đưa
Fm C F G
em vào ngàn trùng sóng Hạnh phúc nào từ khi từ khi quen
C F Dm G
lối đưa em về qua Người yêu dấu đã xa thật xa đẹp như giấc
C G C F C
mơ Em bây giờ như lá thơ và anh vẫn là nỗi mong
Am Dm G7
chờ Dấu đã ngàn trùng cách xa Bên kia trời biển rộng có bao
C F C E7
la Sẽ có ngày ta có nhau Thì xin một lần cho lời cuối
F Fm G G7 C
Giữ cho nhau thương yêu rồi Sẽ bên nhau muôn đời Tình ơi.

Dù Nghìn Năm Qua Đi

Đăng Khánh

Grand Princess
at Mediterranean sea
8/1998

B♭7 E♭ F7 B♭maj7
Ngày em mới bước chân vào đời Thì tôi đã yêu em thật rồi
B♭7 E♭ Dm7 C7
Yêu em hơn quá khứ Theo em bên lối cũ Mầu thời gian khó phai
F7 B♭maj7 B♭7 E♭
Tôi đưa em đến Ve - nise Mầu thời gian vẫn xuân thì
Cm7 3fr. F9 Am7(♭5) F7
Trên sông nước Ve - nise Có con thuyền vẫn đợi Dù nghìn năm qua đi
B♭maj7 E♭ C7
Hôm xưa tôi đến Ve - nise Cô đơn đếm bước chân đi Nhớ em vô
F7 Gm7 F7 B7 B♭6
D.C. al Fine
cùng Cách xa muôn trùng Bến sông lạnh lùng Người đâu có hay.

DƯ ÂM

Nguyễn Văn Tý

Em7 F#m A D
Tim anh băng giá đang ngại ngùng câu năm tháng mong chờ.
D7 G Em7 G D
Hẹn em từ muôn kiếp trước. Nhớ em
A Bm
mấy thuở bạc đầu. Anh đã âu sầu vì đường tơ vương
D G Em7 A A+
vấn Em để cung đàn đưa anh về đâu? Dư âm tiếng
D A D D7 G
hát reo lên trong lòng anh bao nhớ nhung. Đê mê lòng nhớ đêm qua giấc
Em7 D A Bm
mơ môi em hé rung. Anh muốn thành mây, nượng nhờ làn gió.
Em7 F#m A7 D
FINE
Đưa anh tới cõi mơ hồ nào đây, muôn kiếp bên nàng.

DỪNG BƯỚC GIANG HỒ

Hoàng Trọng

E♭ D7 Gm D7 G
thơ tâm hồn ta ngắm trời mơ. Tới đây nơi
E7
xưa gió êm èm đưa áng mây trôi tới xa xôi khuất nơi
Am
sau đồi. Quán tranh xiêu xiêu chốn đây cô
D7 G D7
liêu nhắc cho ta biết bao nhiêu dáng xưa yêu kiều. Tiếng
G
ca xa xa lắng trong bao la với tiếng ru khẽ rung
G7 C Am
lên trong chiều gió. Đã bao năm qua sống nơi phương
G D7 G
FINE
xa về quê cũ đành dừng bước chân gian hồ.

DỨT ĐƯỜNG TƠ

Bạn VĂN-THIỆT, KIÊM-NGUYÊN và MINH DIỆU đã trình bày trên đài phát thanh Saigon
Cô SƠN CA trình bày tại rạp Nguyễn-văn-Hảo trong Tư-Lực Kịch Đoàn

Nhạc của VĂN-THỦY

Lời của DZOÃN-CẢNH

Rung chi tơ lòng Đầy vơi cung oán mơ mòng
Buồn nghe tiếng gió vấn vương qua cành lá Duyên tơ lỡ
làng Sầu vương theo khúc bẽ bàng Đìu hiu lướt êm trên
hàng tơ liễu xanh Suối u - huyền trầm lan trong gió
Quyến trăng thanh lấp lánh vàng tơ Hờn chiến chinh vang lừng không
gian Nhớ chăng lòng quê hương nguy biến Mau đứng lên chào đón thanh
bình. Lòng ơi dứt đi đường tơ. Khói. . . . .
1º
2º
Hết
tơ.

Duyên Kiếp

Lam Phương

Em ơi tình đã lên môi thắm
Nếu mộng không thành biết nói sao ?!

DIÊN AN

C Dm Gm
Ngại ngùng mỗi lần anh đến làm quen.
Am7 Dm
Má em ửng hồng vì quá thẹn thùng. Em ơi! nhớ chăng thuở
(Anh)
C Am7 Dm7s/4 Dm
ấy, mỗi khi bóng chiều xuống dần em về trên quãng đường xa, gặp
Gm7 Bb C A
anh dù không dám cười nhìn nhau nhìn nhau mà lòng vẫn
Dm S/A Dm
vui. Em ơi phải chăng đến khi chiều ấy,
(Anh)
Ams/4 Dm
đôi tim ướp mộng bấy lâu thành lời.
C Dm Gm
Dù rằng giòng đời ngăn cách tình ta
Chậm dần để hết
Am7 A7 Dm HẾT
rall.
phút giây ban đầu mãi không phai nhòa.

DUYÊN THỀ

Thanh Trang

Gm Cm A♭ A♭m
vơi sẽ tắt nụ cười. Một ngày yêu nhau buồn cho chín kiếp thương
E♭ Gm Cm
đau. Rồi về mai sau có nhớ tình đầu. Ngày buồn không
A♭ Gm B♭7 A♭
vơi chắp nối hận sầu. Một ngày xa nhau chỉ còn thương đau. (chỉ còn thương
E♭ E♭ Gm
đau.) Một vì sao sáng trong đêm lạnh vắng. Người tìm quên
Cm A♭ E♭ C7 Fm
lãng khi xuân còn thắm. Héo hắt tiếng cười. Mảnh hồn tê tái mênh mông u hoài.
B♭7 E♭ Cm Fm
Ngày đó có ta mơ ân tình dài. Buồn thắm nét môi duyên chưa thành
A♭ E♭ A♭ A♭m E♭
FINE
lời. Một thoáng mơ rồi người về không nguôi. (người về không nguôi.)

DUYÊN TÌNH

Xuân Tiên

nhà cao. Mà chỉ vì anh chút công danh về sau, về
(Nhạc ....)
sau ý y về sau. Chẳng tham má phấn em
hồng tươi. Ấy cũng không ngoài nết na em trăm đường, trăm
đường ý trăm đường. Biết nhau
cũng bởi tâm đầu. Mến nhau cũng bởi mà đôi
câu ơ dá vàng. O....
đôi ta cùng xây đắp tình thương chứ lâu dài.
D.C.
ư... ư dài. Biết...

ĐÃ MUỘN RỒI

Nhạc & Lời: PHẠM MẠNH CƯƠNG

thôi Thôi đã muộn rồi! Đừng mang theo đời
tôi Thôi đã muộn rồi! Đừng xin nhau lần
cuối Phong kín ân tình, mình tôi kiếp lưu
đầy Cuộc tình còn đó, nhưng thôi đã muộn rồi.

ĐÁ XANH

Lê Uyên Phương

Am E7 Am
Ngày ngày đợi nắng lên bờ xanh cao vút Ngày nào chợt
Ngày ngày đợi chết trong lùm cây u uất Ngày ngày nằm
Người tình giờ đã quên tình sâu xa vắng Người tình giờ
F E7 Am C E7
gió mưa về che khung trời Đá không rã
nhớ ân tình sâu muôn đời Đá không đổi
đã quên tình sâu muôn đời Đá không ngỏ
A A
rời Rồi ngày xanh ngày xanh qua
dời Tình tình ơi tình ơi mênh
lời Sầu sầu ơi sầu ơi thiên
nhanh Rồi ngày xanh qua nhanh
mông Tình tình ơi mênh mông
thu Sầu sầu ơi thiên thu
E7
Ngày bè đã nứt khô trên môi
Dòng lệ nóng đã trôi trong tim
Ngày dòng máu đã loang trên môi
A
4
Còn lại tiếc thôi
Còn lại xót xa
Lạnh mộ đá thôi

ĐÁM CƯỚI ĐẦU XUÂN

TRẦN THIỆN THANH

BOLÉRO

qua, khi hoa vừa hé nhụy thì đời trai vui chinh chiến, anh xuôi miền xa bao lần đếm bước xuân
qua, em ơi kỷ niệm xưa anh còn giữ mãi trong lòng. Em biết không
em : xuân nay lại trở về đường rừng hành quân sương xuống, thương sao là thương trong màu tím sắc hoa
sim, dĩ vãng đâu trôi về nhắc anh ngày thơ Chuyện xửa chuyện
xưa chuyện từ xuân trước xuân nay chưa nhòa. Anh nói em
nghe : « thương em từ túc hoa chưa mặn mà. » Cầu cho mùa
xuân nồng nàn lên má em tôi đợi chờ. Giữa lòng chiều
hoang nâng cánh sim rừng ngờ màu tím hoa xưa ./.
Rall.........
FINE

ĐÀN BÀ

Song Ngọc

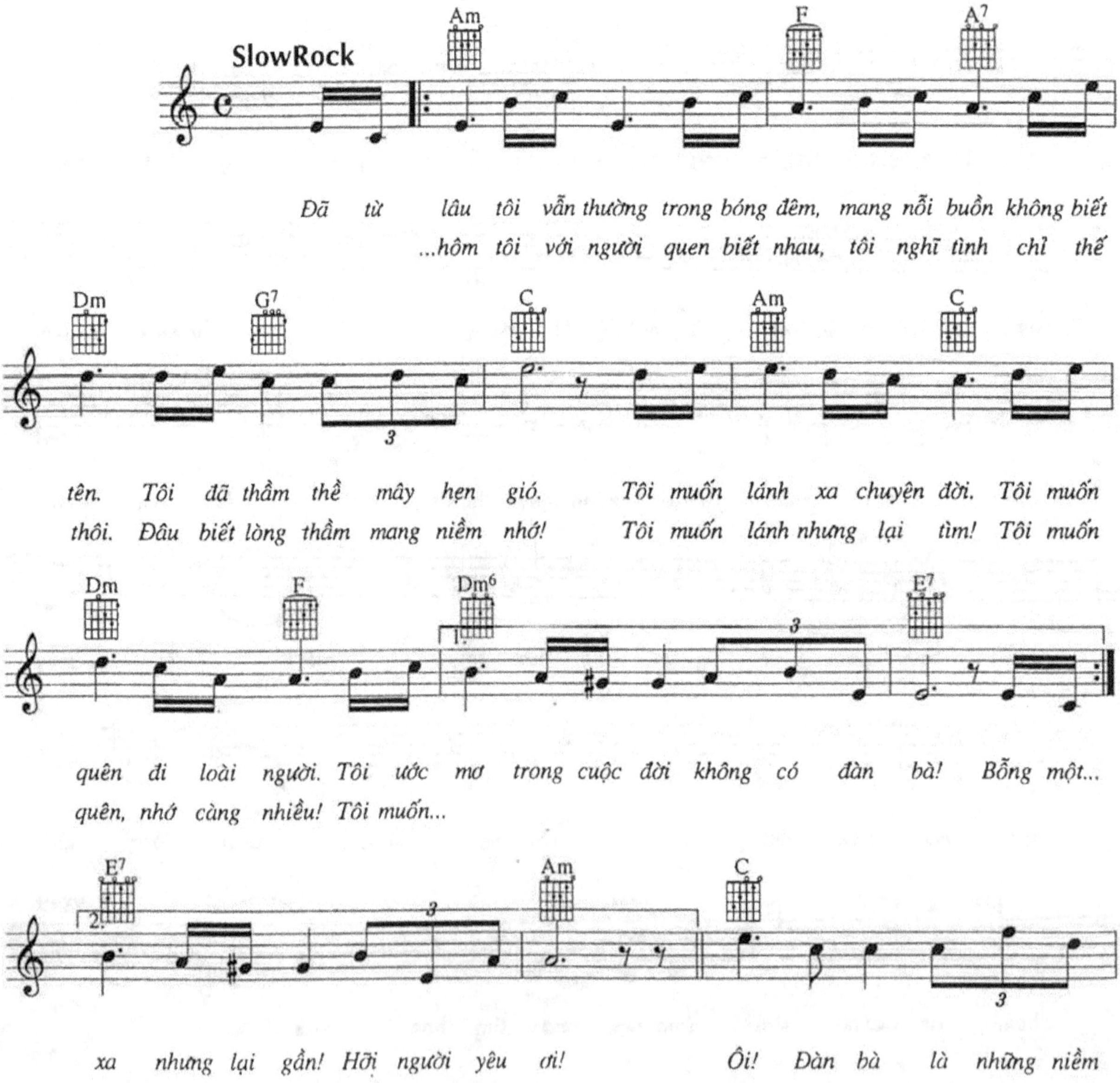

Am A7 Dm G E7 Am
đau! Hay đàn bà là ngọc ngà trăng sao? Ôi! Đàn bà lại là con dao làm tim nhỏ máu!
C Dm G C A7
Ôi! Đàn bà dịu ngọt đêm qua. Ôi! Đàn bà lạnh lùng hôm nay. Ôi! Đàn bà là vần thơ
Dm E7 Am Am F A7
say, khúc nhạc chua cay! Vĩnh biệt nhau thương chút tình nơi xứ xa. Tôi biết rồi em sẽ
Dm G7 C Am C
quên. Muôn kiếp buồn mình tôi sầu nhớ! Em đã đến như huyền thoại. Em đã
Dm F E7 Am
FINE
đi không một lời. Ôi! Thế nhân, ôi! Tình đời. Hỡi người yêu ơi!

Đàn Chim Tha Phương

Nhạc và Lời: Đức Huy

A C#m F#m
13
thương Mùa Đông dọa đầy sắp tàn Mùa Xuân sẽ
Bm B9
15
đến Hẹn nhau ngày về Nhớ nhé đừng
E Eaug A
17
quên Dù cho xa xôi nhọc
C#m D E
19
nhằn năm tháng dài Đừng quên ngày trở về bên
A E A
21
ấy Đàn chim tha phương lạc
C#m D E
23
loài đôi cánh nhỏ Hẹn nhau ngày trở về cố
A
25
Fine
hương

ĐỂ QUÊN CON TIM

Nhạc và Lời: Đức Huy

G
Dsus4
2. C
15
tacet
lại
Nghìn trùng xa
Ngày rời Pa -
D
G
C
18
ris
anh đã
để quên con tim
G
D
21
Anh đi về anh nhớ
bóng dáng người ở lại
Pa - ris em yêu
G
C
24
ơi!
Anh nhớ em thật nhiều
Am
G/D
D
27
Anh nhớ em thật nhiều
người yêu ơi!
G
30
tacet
Buổi chiều sông Seine
có gió
lạnh về lập

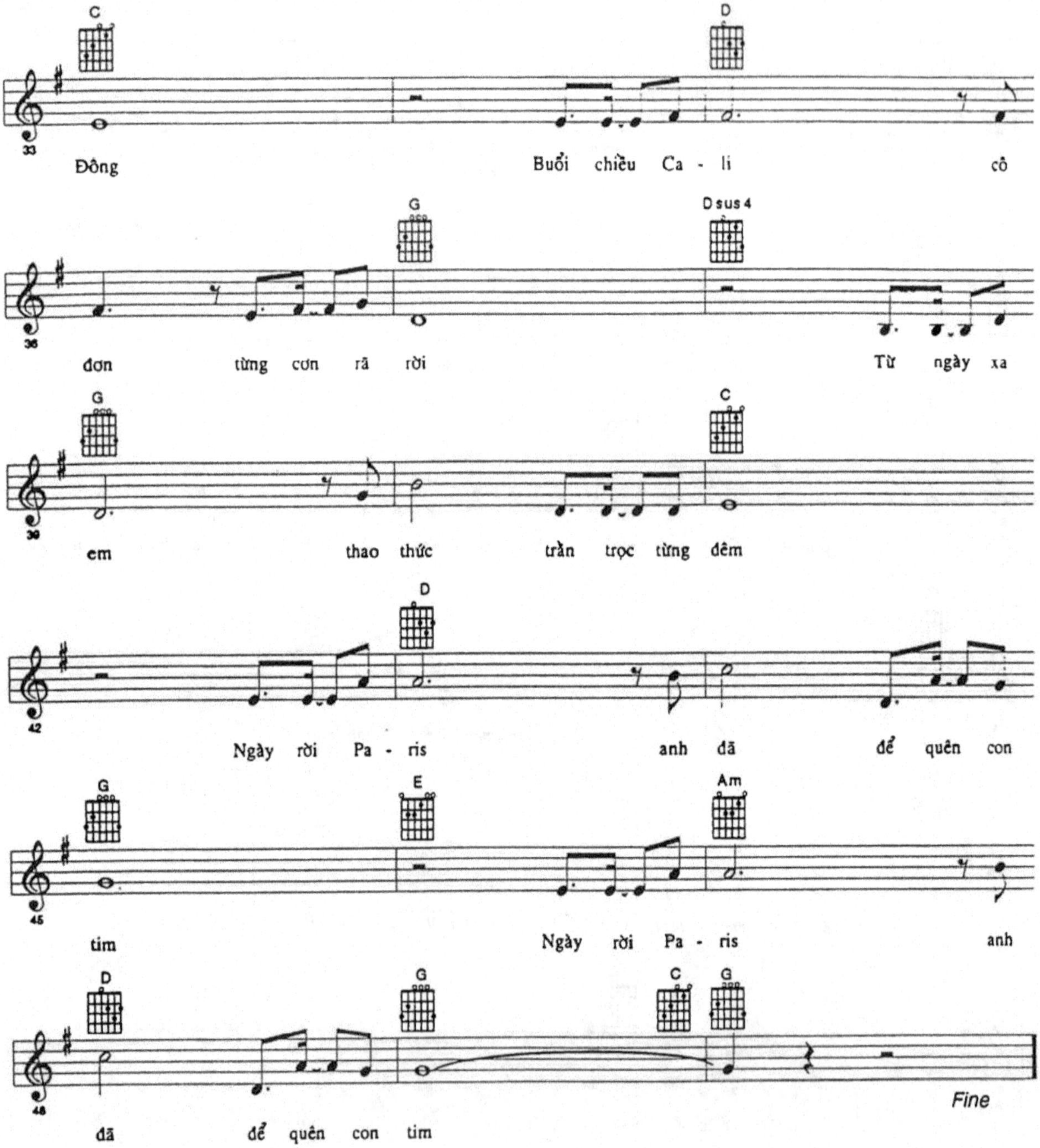
C
D
33
Đông
Buổi chiều Ca - li
cô
G
Dsus4
36
đơn
từng cơn rã rời
Từ ngày xa
G
C
39
em
thao thức
trằn trọc từng đêm
D
42
Ngày rời Pa - ris
anh đã
để quên con
G
E
Am
45
tim
Ngày rời Pa - ris
anh
D
G
C
G
48
đã
để quên con tim
Fine

Đâu phải bởi mùa thu

Nhạc : ***PHÚ QUANG***
Phỏng thơ : ***GIÁNG VÂN***

Gm Cm D
lặng. Em ru gì lời ru cho anh, một đời đam mê một đời dông
lại.
Gm Cm D
tố Em ru gì cho ta khi bao ngày phôi pha.
Gm
Câu hát ngân lên bỗng tắt nửa chừng, thôi đừng hát
D E♭
ru, thôi đừng day dứt Lá trút rơi
D 1. Gm 2. Gm
nhiều đâu phải bởi mùa thu. Em ru... thu.

ĐÂY THÔN VỸ DẠ

Thơ: HÀN MẶC TỬ
Nhạc: PHẠM MẠNH CƯƠNG

Nhạc sĩ Phạm Mạnh Cương

Để gió cuốn đi

Trịnh Công Sơn

Nhẹ nhàng
Để gió (...) cuốn (...) đi Gió cuốn
Để buốt (...) trái (...) tim Trong trái
đi cho mây qua giòng sông Ngày vừa lên hay đêm xuống mênh
tim con chim đau nằm yên Ngủ dài lâu mang theo vết thương
mông Ôi trái tim đang bay theo thời gian Làm chiếc
sâu Một sớm mai chim bay đi triền miên Và tiếng
bóng đi rao lời dối gian Những khi chiều tới Cần có một tiếng
hót tan trong trời gió lên Hãy yêu ngày tới Dù quá mệt kiếp
cười Để ngậm ngùi theo lá bay. Rồi nước (...)
người Còn cuộc đời ta cứ vui Dù vắng (...)
cuốn (...) trôi Rồi nước (...) cuốn (...) trôi.
bóng (...) ai Dù vắng (...) bóng (...) ai.

ĐỂ TRẢ LỜI MỘT CÂU HỎI

Trúc Phương

tư. Đôi lúc buồn vì anh vắng nhà." Tình nước lòng
trai, anh hiên ngang đối diện mặt trời. Chân qua chốn nào, thương chất lên
cao. Đã yêu lính trẻ, ngày về ai tiếc gì. Từ bàn tay
tiên nắn nót từng nét gửi cho anh để anh vui bước đường quân
hành. Môi em đang xinh. Mắt em vẫn tình màu xanh vẽ nổi đôi
tim, ghi dấu ngày đầu ta biết mình.
FINE

ĐÊM CÔ ĐƠN

Khánh-Băng

BEGUINE ROCK

A7 A7 A7 Tacet
tư vấn vương. Làm lòng người lạnh giá a . . . a . . . a . . .
Gm Dm
Bao yêu thương đôi ta trao nhau bấy lâu Lời nguyện ước duyên tình
A7 E7 A7 Gm9 Dm A7 Dm Tacet
ban đầu. Mà giờ này là một trời nhớ . . . Người ơi tuyết đông
A7 Dm
rơi đầy Gió đông sang lạnh lùng Đường thiên-lý xa
A7 Dm
muôn trùng Giá băng ngợp lối đi. Còn đâu bến yêu
A7 Dm
năm nào ? Phấn hương đã phai tàn. Thuyền xưa sớm sang
A7 Dm
bờ yêu đương Đành thôi trọn kiếp đời gió sương

Đêm Đen

NHẠC : Y-Vân
Ý-THƠ : Hoàng-Huy

Moderato Tempo

khoác kín ; Hỡi em ! Hỡi dung nhan buồn ! Hỡi dung nhan buồn . . . . . .
. . . . Nàng đếm những đốt ngón tay theo nhịp đàn để
muốn xóa hết đắng cay trong tâm hồn. Tình Yêu đi rong mãi theo hình
bóng cũ. Tuổi Hai Mươi như dáng đêm chìm
cuối phố Hỡi em ! Hỡi dung nhan buồn ! Hỡi dung nhan
buồn !. . . . .

ĐÊM ĐÔ THỊ

Y Vân

Màn đêm xuống dần muôn ánh đèn đột nhiên như
Đường đi lối về cơn gió lùa ngả nghiêng bao
Tình yêu đón chờ đêm tối về dìu nhau trên

ngời sáng. Kìa bao phố phường bao mái lầu chìm trong bóng
tà áo. Và bao mái đầu không vướng sầu kể vai bước
đường phố. Dịu hương tóc thề vai sát kề đời như giấc

đêm.. La .... ________________________
mau. La .... ________________________
mơ. La .... ________________________

________________________ Đời đẹp quá ơ ....
________________________ Lòng thầm nhớ ơ ....
________________________ Để lòng nhớ ơ ....

G7
C
FINE
F
.... bài thơ.
.... người yêu.
.... kinh đô.
Người em gái
C
Em
Dm
C
đương thì tròn trăng mới như nhiều trang giấy trong lòng còn
Em
C
G
trong trắng thơ ngây.
Người trai tráng
F
Am
Dm
F
yêu cuộc đời tươi sáng bước chân say
G
Dm
G7
C
sưa đi trên .... đường.

Đêm ĐÔNG

Nhạc : Nguyễn-văn-Thương Lời : Kim-Minh

1943

– Bên song ngàn ngơ kia ai mong chờ ĐÊM ĐÔNG
– Thi nhân lắng nghe tâm hồn tương tư ĐÊM ĐÔNG
– Ca nhi đối gương ôm sầu riêng bóng Gió nghiêng chiều
say, Gió lay ngàn cây Gió nâng thuyền mây, Gió gieo sầu
miên Gió đau niềm riêng, Gió than triền miên!..
ĐÊM ĐÔNG Ôi ta nhớ nhung đường về xa xa.
ĐÊM ĐÔNG Ta mơ giấc mơ: Gia đình, yêu đương.
ĐÊM ĐÔNG Ta lê bước chân phong trần tha phương
Có ai thấu tình cô lữ ĐÊM ĐÔNG không nhà?

ĐÊM KHÔNG CÙNG

Nhạc & Lời: TỪ CÔNG PHỤNG
1969

G E7 Am Am
hắt cho tôi bớt vô cùng một mình Tìm nhau, từng đêm mông lung nên không
F Am Dm C E7
cùng và đêm xanh xao nên đêm gầy đêm bơ vơ như cuộc đời chúng mình Và
Am C E7 C7 E7
em và tôi và đôi môi dậy tiếng hát là chứng tích một cuộc tình trên giòng
Am Am
sông vỗ cánh bay đi ! Niềm vui như mây trời còn trôi, trôi miệt mài trên giòng sông
C G E7 Am
trắng, trên hai vai tuổi xuân đã vàng. Còn đâu, niềm vui, khi nụ cười ru người đã
E7 Am
tắt, xin một lần diềm huyền mái tóc đi vào đời cho ấm đôi môi Buồn
Am Am F Am F
Fade out
rơi trong đêm dài lẻ .... loi trên tay người lẻ loi trên tâm hồn lẻ......

Đêm mầu hồng

tặng V.K.K. và T.T.T.

Thơ : Thanh tâm
Nhạc : Phạm đình

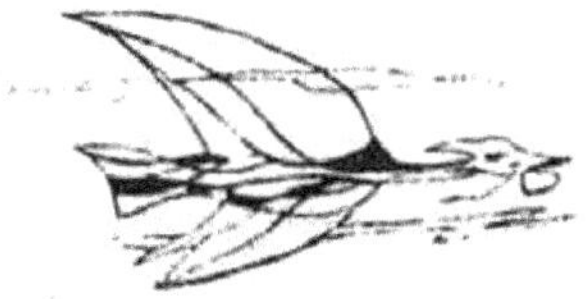

F C C Fm6 C Em
vòng tay vòng tay dĩ văng Vòng
Am7 B7 E E
tay vòng tay hát ngát Chốn yên nghỉ cuối cùng
E7 A Am6 B7(b13) E Dm G7
Dưới Mắt Sao Dưới Bàn Chân những đứa con . . .
C F C Em
Em là lá biếc là mây cao là tiếng hát
Am7 C7 F6 C F F C
Sớm Mai Khua Thức Nhiều Nhớ Thương Nhiều Nhớ Thương Em là cánh hoa
C D9 G7 C F C
là khói sóng Đêm màu hồng . . .

ĐÊM MÊ LINH

Nhạc: Văn Giảng
Lời: Võ Phương Tùng

Em
xung phong, nguyền dấn thân hiên ngang, nguyền đấu tranh xua tan quân Đông
G D Em D Em
Hán. Ai trung thành? Ai liều mình? Thề hy sinh, thề tung hoành
G Em Em
hiên ngang, thề kiên trung chiến đấu, thề chiến thắng. Canh dài ta
B7 Em
ngồi mơ ngày đi xông pha dành non sông. Ngời chói, bừng
G Em
sáng ánh tươi hồng hăng chí nóng. Quanh ánh thiêng reo bùng
G Am Em
bùng. Ta nắm tay ca trầm hùng, hẹn ngày rạng Lạc Hồng. Mơ xuất quân đi rập
G Em G Em
FINE
ràng. Mơ quét tan quân bạo tàn. Xua tan giặc Đông Hán. Xua tan giặc xâm lấn.

ĐÊM NAY AI ĐƯA EM VỀ

Nguyễn Ánh 9

Gm G C7
yêu ta đã cho nhau hãy quên niềm đau. Thời gian
B♭ F
ơi! Xin dừng lại. Thời gian ơi! Xin dừng lại. Cho đôi tình
G G7 C7
nhân yêu trong muộn màng đừng khóc ly tan. Đêm nay ai đưa em
F Gm
về mình em trên hè phố vắng. Đêm mai ai đưa em
C7 F C7
về mắt em lệ ước long lanh. Đêm mai không ai đưa
F Gm E♭
về người ơi! Xin đừng hờn dỗi. Đêm mai cô đơn đi
C7 F
FINE
về xin người hãy nhớ tình tôi.

Đêm Nầy Em Ra Đi

Buồn ơi! Biết nói năng gì!!
Xuân xanh nào rõ đời đi phương nào?!
Tim non canh vắng rạt rào...
Rồi mai đời sẽ đi vào đục, trong?!

DẠ-HƯƠNG thôn nữ

Andante tristamento

Song Ngọc

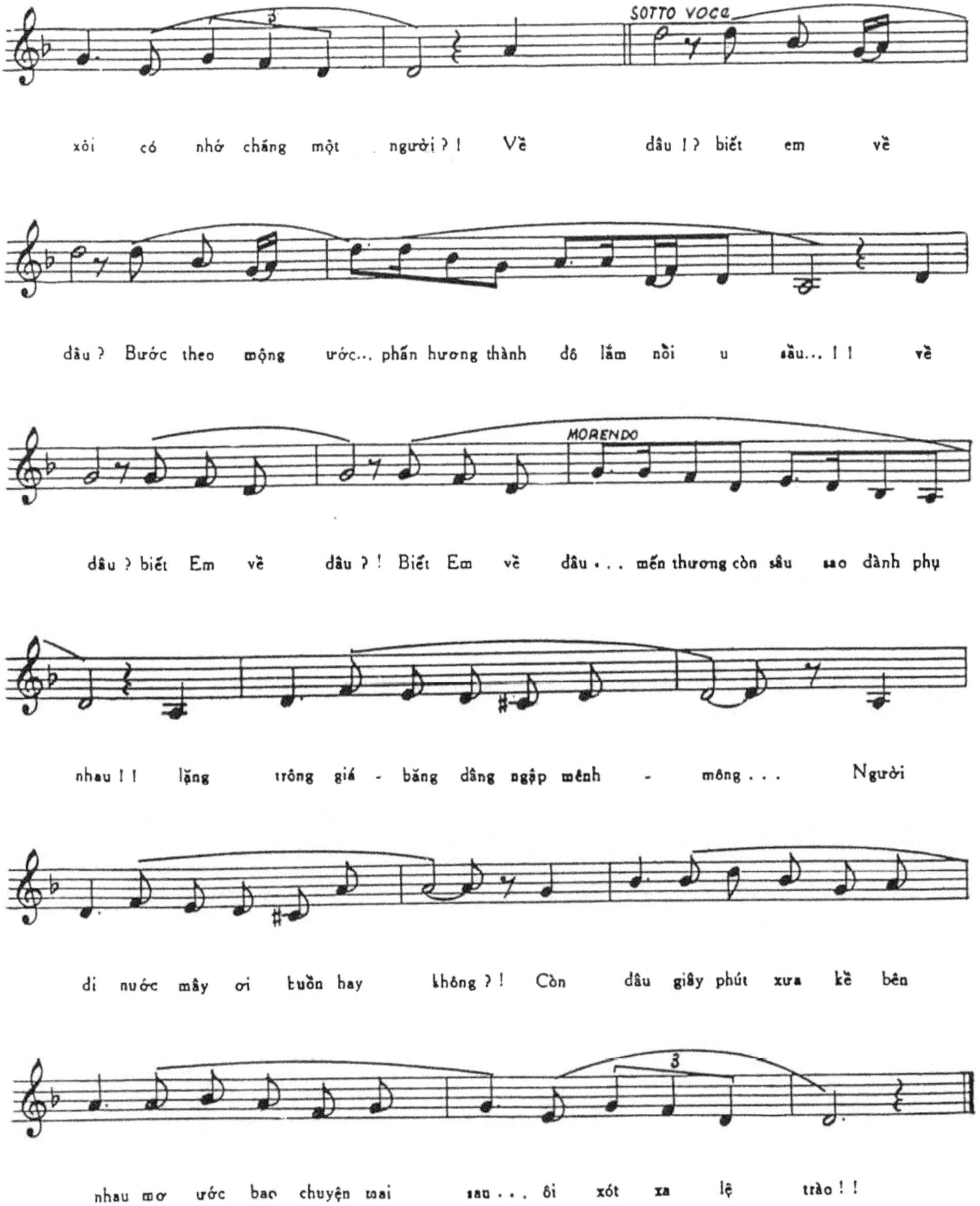
SOTTO VOCE
xôi có nhớ chẵng một người ? ! Về dâu ! ? biết em về
dâu ? Bước theo mộng ước... phấn hương thành đô lắm nỗi u sầu... ! ! về
MORENDO
dâu ? biết Em về dâu ? ! Biết Em về dâu . . . mến thương còn sâu sao đành phụ
nhau ! ! lặng trông giá - băng dâng ngập mênh - mông . . . Người
đi nước mây ơi buồn hay không ? ! Còn dâu giây phút xưa kề bên
nhau mơ ước bao chuyện mai sau . . . ôi xót xa lệ trào ! !

Đêm Nguyện Cầu

Lê Minh Bằng

Bm
sóng gió trôi dạt lâu dài từng chiến đấu tiêu diệt quân thù bạo
B7 Em G
, tàn. Thượng đế hởi hãy lắng nghe người dân hiền, vì
Bm B7
đất nước đang còn ưu phiền, còn tiếng khóc đi vào đêm trường triền
Em Em
miên. Có những lúc tiếng chuông đêm đêm vọng về rừng sâu.
G
Rưng rưng tôi chắp tay nghe hồn khóc đến rướm máu.
Am G
Quê hương non nước tôi đi gây hận thù tội tình. Nhà
Em B7 Em
3
FINE
Việt Nam yêu dấu ơi, bao giờ thanh bình.

ĐÊM SAY

Vũ Thành An

3
Tình đã bay theo lời lã lơi. Ôi con người buôn nhục mà thôi. Lửa trần gian nhơ
3
3
nhuốc hãy cháy cho ta đi tìm em, soi dấu chân son lạc vũng
bùn. Tình yêu theo ánh sáng ra đi. Đêm có đen như muôn lời
hứa. Ngày sẽ đem cuộc sống quay về. Tình có đau như ngàn lời
3
kinh. Nhưng mai rồi anh còn Tình yêu.

ĐÊM TÁI NGỘ

Y-VÂN

xưa . Ngày xưa vội vã trong mưa nhòa , nay lúc đón anh quay
về thì sau thời gian chậm qua . Vọng từ chốn
xa xa xăm . Hồi còi tàu rúc lên trong đêm
Xe lăn trên đường nhịp nhàng . Từ từ về trước
sân anh bước xuống tàu ngơ ngác vài giây . Khi thấy em cười sau ánh đèn
soi . Nhìn nhau mà nói không nên lời , nơi cũ lúc xưa tay
rời thì nay lại tay cầm tay .

ĐÊM TÀN BẾN NGỰ

Dương Thiệu Tước

Cm Bb Eb
"Nam Bình" sầu than! Như nức nở khóc
âm thầm trầm ngân. Như nhắn nhủ mối
F7 Bb Eb
duyên bẽ bàng! Thấp thoáng trăng mờ. Ai than ai
duyên thờ ơ! Sông nước lững lờ. Ai mong ai
Cm F Bb F7
thở đời vui chi trong sương gió. Ai nhớ thương
chờ đời vui chi trong sương gió. Đây phút cô
Bb F Bb
ai! Đây lúc đêm tàn tình đã lạt phai.
đơn. Ai oán cung đàn sầu vọng trần gian.
Bb Gm
Thuyền ơi, đưa ta tới đâu! Tìm trăng, trăng khuất
Thuyền ơi, đưa ta tới đâu! Hồn thơ vương vấn
Bb Gm Bb
đã lâu. Sương xuống trên bến cô liêu thêm sầu.
canh thâu. Thương tiếc chi phút bên nhau thêm sầu.
Cm Bb
Bèo nước gió mây đêm ngắn tình dài. Có ai
Bao kiếp giang hồ biệt ly thường tình. Có ai
F Bb
FINE
nhớ ai nơi giang đầu. Ai......
nhớ ai nơi Hương...... ......Bình.

ĐÊM THẤY TA LÀ THÁC ĐỔ

Trịnh Công Sơn

vi Bàn tay ngắt hoa từ phố nọ, giờ đây đã quên vườn
thơ Đời ta có khi là đốm lửa Một hôm nhóm trong vườn
xưa Một hôm bước qua thành phố lạ, Thành phố đã đi ngủ
khuya. Vườn khuya đóa hoa nào mới nở Đời ta có ai vừa
trưa. Đời ta có khi tựa lá cỏ, Ngồi hát ca rất tự
qua, Nhiều khi thấy trăm nghìn nấm mộ Tôi nghĩ quanh đây hồ
do. Nhiều khi bỗng như trẻ nhớ nhà Từ những phố kia tôi
như Đời ta hết mang điều mới lạ Tôi đã sống rất ơ
về. Ngày xuân bước chân người rất nhẹ, mùa xuân đã qua bao
hờ. Lòng tôi có đôi lần khép cửa, Rồi bên vết thương tôi
giờ Nhiều đêm thấy ta là thác đổ Tình ra có khi còn nghe.
quì. Vì em đã mang lời khấn nhỏ Bỏ tôi đứng bên đời kia.

Đêm Trăng Khuya

Đăng Khánh

E♭ Dm7(♭5) Cm7 B♭Maj7 Am7(♭5) F7(♭9) B♭Maj7 E♭Maj7
3fr.
nhớ khắc ghi trong lòng Ước mong Tình còn xanh lá thắm
E♭6 Gm7 C9 F7
3
Đời vùi sâu nước mắt cho sầu đắng cho tình vắng cho vàng nét môi.
B♭Maj7 E♭Maj7 E♭6 Gm7 C9 F7(♭9)
3
Từ ngày xuân đã chết Còn hồn xanh mắt biếc trên ghềnh đá em còn đó khúc ca dưới
B♭ B♭Maj7 Dm9 E♭Maj7 F6
3 3 3 3 3
trăng. Giọt nước mắt nay vắng xa Chiều đã khuất ta với ta Người bên
E♭Maj7 Dm7(♭5) G7(♭9) Cm F7 E♭/G
3fr.
3 3 3
song từ đó bước chân im lìm Chờ mãi mãi trong giấc mơ Vườn bát
F6 E♭Maj7 Cm7 Fsus4 F7 B♭
3fr.
3 3
D.S. al Fine
nát như suối thơ Đời cuối nắng lên mù tương tư.

Đêm Xuân

Nhạc và lời : Phạm Duy

Chậm và Êm Ái

Chợ Neo-Thanh Hoá 1949

2

Chưa quen nhau lúc đầu
Em nghe theo tiếng sầu
Ôi khúc ca !
Nuôi mối tình muôn sắc mầu.
Em phôi pha tháng ngày
Vì lúc trăng về đây
Có đàn đêm ấy
Đã ru trái tim này.
Hồn em tìm nương náu
Tình em chờ thương đau.
Lòng em chưa tàn
Xin đừng phụ nhau !
Đừng phụ nhau !

ĐẾN BÊN ANH

Nhạc và Lời : Đức Huy

Tha thiết

Dm G C
đó có nghe lạnh không? Bàn tay em ấm có mang mùa
FMaj7 Dm7 Esus4
Xuân về trên cây lá của tâm hồn anh giá băng lạnh
Am Dm
căm Niềm thương nỗi nhớ hãy mang về
G C FMaj7
đây Về theo cơn gió áng mây trời bay Nghìn dặm xa
Dm7 Bm7(b5) E7(sus4)
xôi có nghe lời ru về nơi chốn cũ
E7 D.S. al Coda E7(sus4) A
Buổi chiều hôm nay vắng Nụ hôn đầu tiên đã trao Dịu dàng ngây ngất chìm

D Bm Esus4 A E7(sus4)
sâu Dạt dào từng cơn sóng đưa thuyền tình về nơi bến đỗ Vòng tay cô đơn giữ
A Bm A/E E A
nhau Thời gian trôi qua rất mau đừng để vuột đi giấc mơ hoài mong chờ
E7(sus4) Am G
Trọn ngày hôm nay nhớ nhung Một đêm cuối Đông đẹp như giấc
F E Am
mộng thần tiên kiếp nào mình đã biết nhau Rộn ràng trong đôi mắt
Am G F
em Mùa Xuân đã lên Trời trong nắng lành và em ước
E Am
hẹn sẽ đến bên anh
Fine

Nhạc sĩ Đức Huy

Đến Em Chiều Qua

Đăng Khánh

Giảng Đường 2, Đại học Khoa Học Saigòn

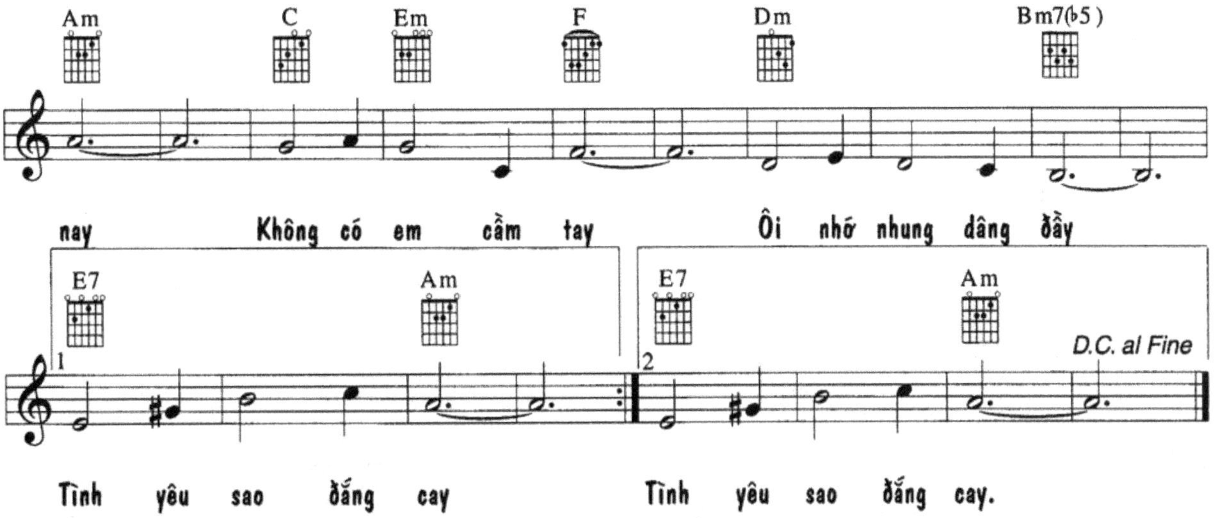
Am C Em F Dm Bm7(b5)
nay Không có em cầm tay Ôi nhớ nhung dâng đầy
E7 Am E7 Am
D.C. al Fine
Tình yêu sao đắng cay Tình yêu sao đắng cay.

ĐẸP GIẤC MƠ HOA

NHẠC : **HOÀNG - TRỌNG**

LỜI : **THANH - NAM**

BOLÉRO TANGO

Tình Khúc "Đẹp Giấc Mơ Hoa" do Hoàng Trọng sáng tác năm 1961 tại Sai-Gon với lời thơ của Thanh Nam. Bài này đã do nhà xuất bản Diên Hồng ấn hành lần thứ nhất năm 1962. (ảnh bìa: Ca sỹ Bích Chiêu)

đi vào quê hương

THƠ HOA ĐẤT NẮNG
Ca khúc : **PHẠM DUY**

C G
súng . Lửa cháy trong làng lửa cháy trong thôn Lửa cháytrong lòng Lửa cháy trong
Am F G C
tim Trên da mặt tôi mọc lên cỏ thụ Cỏ thụ sai oằn lựu dạn mọoc chê. . . .
(no chord.. ad lib.) C F 3
Tôi vào quê hương bằng một gánh hát quê Đả dảo hoan hô Tôi đứng lên làm
C F G 3
hề Lũ trẻ ngủ ngờ cười phun nước miếng Trên mặt da
(no chord.. ad lib.) 3 C
tôi Trên yếm trên đầu. . . Tôi vào quê hương quà tăng nhớ đem theo.
F 3 C F 3
Một khẩu Thompson hay chiếc súng cộng đồng Mỗi thằng một đứa dành cho nhau một
G 3 C F Fm C
phát Mỗi đứa một thằng dành một phát cho nhau (u u ú)
1966

Định Mệnh

Song Ngọc

HABANERA (CÓ THỂ HÁT SLOW RUMBA)

Nhạc sĩ Song Ngọc
(1943-2018)

ĐỊNH MỆNH BUỒN

Trần Thiện Thanh

D G
đâu. Anh đâu lỗi hẹn mà đời lại
Em A D Bm F#m
xuôi ngăn cách với chia phôi. Phải chăng em ơi! Tình lỡ ước
G Em C A7
mong, anh trách chi người sang sông. Thôi nhé em đừng buồn làm
D G D
gì. Dù thương tiếc vẫn là biệt ly.
F#m D G
Đời cớ sao lại lắm u sầu. Em chớ khóc duyên ban
A7 D
FINE
đầu, từ đây chết trong lòng anh.

ĐÒ CHIỀU

Trúc Phương

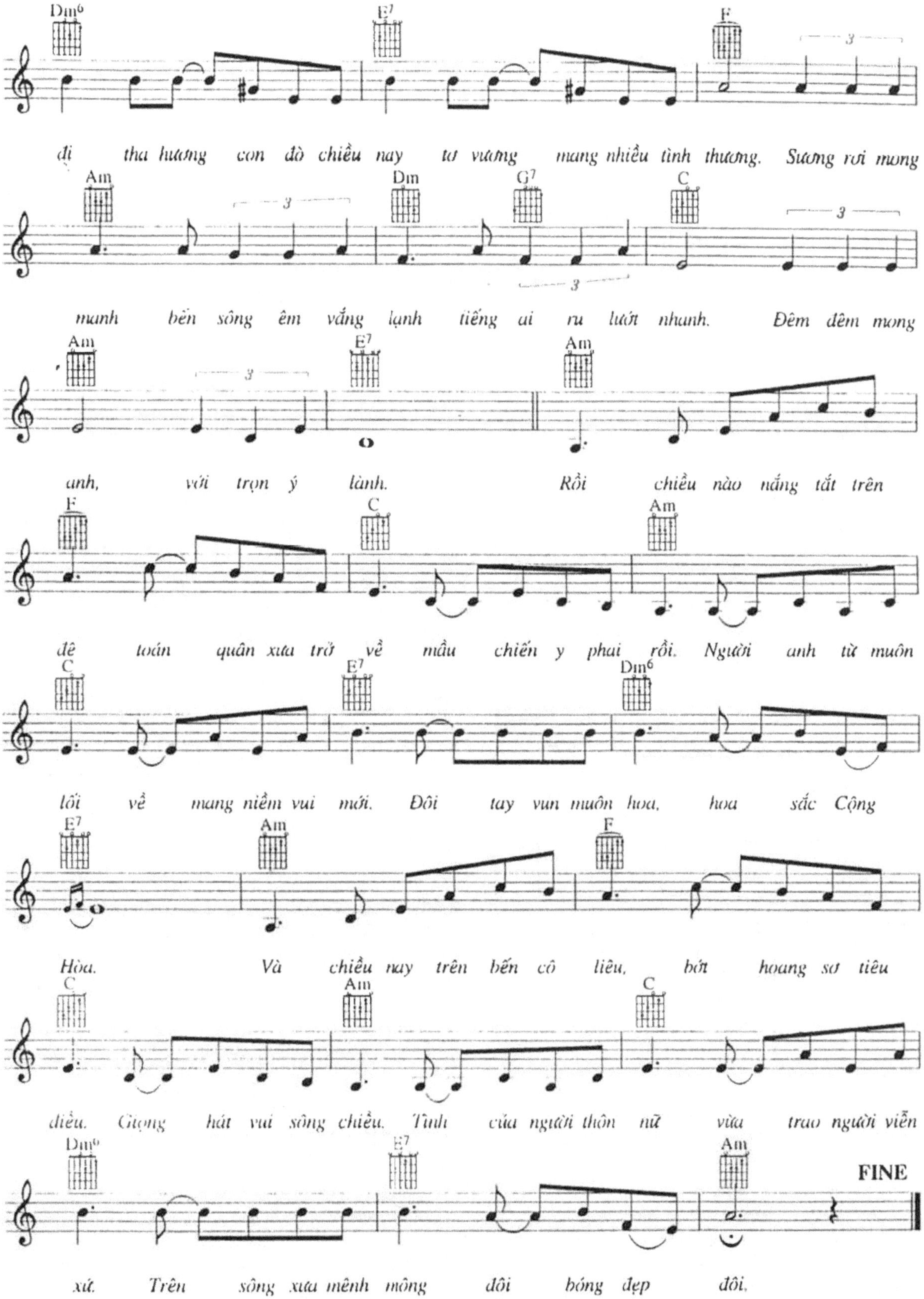
đi tha hương con đò chiều nay tơ vương mang nhiều tình thương. Sương rơi mong
manh bến sông êm vắng lạnh tiếng ai ru lướt nhanh. Đêm đêm mong
anh, với trọn ý lành. Rồi chiều nào nắng tắt trên
đê toán quân xưa trở về mầu chiến y phai rồi. Người anh từ muôn
lối về mang niềm vui mới. Đôi tay vun muôn hoa, hoa sắc Cộng
Hòa. Và chiều nay trên bến cô liêu, bớt hoang sơ tiêu
điều. Giọng hát vui sông chiều. Tình của người thôn nữ vừa trao người viễn
xứ. Trên sông xưa mênh mông đôi bóng đẹp đôi.
FINE

Đò Dọc

Trầm Tử Thiêng
Cali. tháng 8/1987

C F6 D Em7
mùa làm sao biểu xứng. Còn bến đâu mà hẹn đục với
nào tình mơ chẳng xứng. Thôi nếu không đào thì mận cũng
thời mình nên ở giá. Trung hiếu cho tròn tình mẹ nghĩa
Am Dsus4 Am D
trong. (Nhạc dạo bắt buộc) Hò lơ.....
duyên. Hò lơ.....
cha. Hò lơ.....
D7 G6 Am
Hò lờ. Đò dọc lặng trôi. Trôi trên con sông
Hò lờ. Đò dọc đò ngang. Trôi trên con sông
Hò lờ. Đời là dòng sông. Ta trôi như con
Em C6 G6
đời. Đưa người lìa xa bao bến thương, mang theo vấn
tình. Sông tình ngược xuôi quen nhấp nhô, theo con sống
đò. Chống chèo dọc ngang nương kiếp trôi, Qua bao khú
Em Esus4 Em7
vương. Đời vỗ mạn thuyền nên sóng xô tan cuộc bình
yêu. Đò cắm bờ này thương bến kia thấy mình quạnh
nhôi. Đò dẫu nặng nề, trôi mấy trôi cũng về một.....
Am Am
1.,2. 3. FINE
yên. 2.Có một anh.....
hiu... 3.Mỗi ngày mỗi.....
.....nơi.

ĐỐ AI ?

(DAO CA)

Dân-Gian và Phạm-Duy

K. D số : 2875-BTTCH-BC3-XB
ngày 9 - 10 - 1964

Đỗ Quỳnh Hương

Nhạc và Lời: Đức Huy

Bm7
Từng ngày qua chậm chạp
Từng ngày qua chậm chạp
Cmaj7
Bm7
đênh Nghe day dứt buồn về bên này Ta nhớ
đênh Nghe day dứt buồn về bên này Ta nhớ
Am7
C/D
em từng ngày Giờ
em từng ngày Giờ
G
em làm gì bên ấy? Nhớ trời
em làm gì bên ấy? Nhớ trời
F
C
xanh công viên mát cây Nắng hiền hoà Chiều
xanh công viên mát cây Nắng hiền hòa Chiều
G
nào mình ngồi bên nhau Những ngày
nào mình ngồi bên nhau Những ngày
F
C
vui qua như thoáng mây Những ngày buồn chập
vui qua như thoáng mây Những ngày buồn chập

chùng tựa dòng sông sâu
Đỗ Quỳnh Hương
chùng tựa dòng sông sâu
Đỗ Quỳnh Hương
D
G
ơi!
Nhớ em muôn ngàn sầu
ơi!
Viết cho em lời sầu
1.
2.
Bm
Nhắn gió nhắn mây về bên ấy
B
C
rằng ta còn luôn thiết tha
G
D
Xa vắng ngày qua ta vẫn mong chờ
G
Chờ nhau nhé đừng quên
Đỗ Quỳnh Hương
D
G
ơi!
Chờ anh nhé đừng quên

Nhạc sĩ Đức Huy

Đóa hoa vô thường

Trịnh Công Sơn

mời em về Đêm gội mưa trong Em ngồi bốn bề thơm ngát hương trầm (...
cho đàn.......................) Trong vườn mưa lạnh Tiếng nhạc hân hoan Trăng
vàng khai hội Một đóa hoa quỳnh (.... cho đàn ....
(Đưa tình về. Nhịp hớn hở)
Thanh thoảng
Từ
Bình an
nay tôi đã có người Có em đi đứng bên đời líu lo
Từ nay tôi đã có tình có em yêu dấu lẫy lừng nói

thưa Từ em tôi đã đắp bồi Có tôi trong dáng em
ngồi trước sân Mùa đông cho em nỗi buồn
3
Chiều em ra đứng hát kinh đầu sông. Tàn
đông con nước kéo lên Chút tình mới chớm đã viên thành
Từ nay anh đã có nàng Biết ơn sông núi đáp
đền tiếng ca Mùa xuân trên những mái nhà Có con chim hót tên
(Bốn mùa yêu nhau trong lẽ vô thường của trời đất)
là ai ân (Nhạc chuyển ...
Chậm lại ...
Bình an
...) Sen hồng một nụ Em ngồi một
thửa Một thuở yêu nhau Có vui cùng sầu Từ rạng đông
cao Đến đêm ngọt ngào Sen hồng một độ Em hồng một

thuở xuân xanh Sen buồn một mình Em buồn đến
trọn mối tình
(Nhạc chuyển . . .
. . .)
Một
Hiu hắt
chiều em đứng cuối sông Gió mùa Thu rất ân cần cho lời kinh đến núi non Những
lời tình em trối trăn Một thời yêu dấu đã qua Gót hồng em muốn quay về dù
trần gian có xót xa cũng đành về với quê nhà
(Con sóng biển dâu đã mang tình về chốn cũ)

Dồn dập vừa
Mênh mông
Tình đi, người ở lại – (Đoạn cuối)
Từ
Êm đềm, xa vắng
đó trong vườn khuya Ôi áo xưa em là Một chút mây phù du Đã
thoáng qua đời ta Từ đó trong hồn ta Ôi tiếng chuông não nề Ngựa
hí vang rừng xa Vọng suối đất trời kia Từ đó ta ngồi mê Để
(Tình do tâm ta mà sinh. Có khi tình mất mà tâm còn đồng vọng
Đến lúc tâm bình an thì tình kia cũng đoạn nổi.)
thấy trên đường xa Một chuyến xe tựa như Vừa đến nơi chia lìa.
Mạnh và liền nhau
3
3
3

Êm dịu lại
Từ đó ta nằm đau Ôi núi cũng như dẻo Một
chút vô thường theo Từng phút cao giờ sầu Từ đó hoa là em Một
sớm kia rất hồng Nở hết trong hoàng hôn Đợi gió vô thường lên Từ
đó em là sương Rụng mát trong bình minh Từ đó ta là đêm Nở
đóa hoa vô thường .
(Nhạc để chấm dứt .....

Đoàn Lữ Nhạc

Đỗ Nhuận

Cm 3fr. 2 FINE Cm 3fr. 1. F
hổ xà xà xà ...hổ. Há há há. Khi ta ra đi, túi đàn mang lên trên
B♭ F C
vai cất tiếng hát vang trời mây át tiếng gió ru ngàn cây. Giờ bước chân
F B♭
đi khói lửa bập bùng dây đó đó. Hởi lữ khách khi người đi cất tiếng
F
hát quên sầu bi. Đi ra đi ra đi ra đi, ra đi lên chót vót bóng
C7 B♭
núi. Reo hò reo hò reo hò reo hò reo ta đứng đón gió mới.
F
Đi ra đi ra đi ra đi ra đi khi sóng gió cuốn tới.
Gm 3fr. C Fm A♭ 4fr.
Ơi hò ơi hò ơi giang hồ. Hồn ta dâng cao chơi vơi! Ra...

Tempo di Marcia

PHAN HUỲNH ĐIỂU

Đoàn quân Việt nam

ĐÓN XUÂN

(FOX MODERATO)

Lời và Nhạc :
PHẠM-ĐÌNH-CHƯƠNG

BẢN "ĐÓN XUÂN" DO TINH-HOA ẤN-HÀNH LẦN THỨ NHẤT. NGOÀI NHỮNG BẢN THƯỜNG CÓ IN THÊM 30 BẢN ĐẶC-BIỆT TRÊN GIẤY QUÝ ĐÁNH DẤU TỪ Đ.X. I ĐẾN XX — T.H. I ĐẾN X ĐỀU CÓ CHỮ KÝ CỦA TÁC-GIẢ VÀ DÒNG TRIỆN SON T.H.

Đôi Mươi

Thanh Sơn & Song Ngọc

Nhạc sĩ Thanh Sơn
(1940-2012)

ĐỒI THÔNG

Y Vân

G B C B7
đi như nhìn ai đó xa lạ.
G B7
Một ngày một vắng mịt mờ.
Em G Em B7
Hoài công tìm kiếm trên bước đi thăng trầm
Em E7 Am
Còn đâu đẹp hơn bên gốc thông ngàn.
C D C G
Lặng nghe muôn tiếng reo quên niềm ưu phiền.
B C Em
FINE
Vì đời ai biết ta hơn mình.

đồn vắng chiều xuân

Trần-thiện-Thanh

Kiểm duyệt số 3668/XB ngày 15-12-64

«BÔNG VÀNG CHIỀU XUÂN» CỦA TRẦN-THIỆN-THANH
ẤN-PHẨM SỐ 89 CỦA TẬP «1001 BÀI CA HAY»
DO TÁC-GIẢ XUẤT-BẢN VÀ GIỮ BẢN-QUYỀN

ĐỜI BỖNG PHÙ DU

Nhạc & Lời: TỪ CÔNG PHỤNG
1985

C Dm6 F E7 Am Dm6
đời này là những đam mê là những chia ly là những đớn đau lẻ loi
G Gmaj7/F G7/F C/F E7 Am Dm
Nên vẫn hoài công đi se cát biển nhớ mênh mông tình vẫn hư không đời đời
C Em Dm F C/E
Tôi như giòng sông cạn uốn quanh đời mệt nhoài cuốn theo dòng nghiệt
Dm7 F G7 C
ngã, buồn rơi theo năm tháng úa trên lưng tháng ngày
C Em Am7 Dm7
Tôi mang hồn cỏ dại ngây ngô tự hỏi
F Dm G Em G C
lòng bỗng một ngày thiên thu bỗng một đời phù du

ĐỜI ĐÁ VÀNG

Vũ Thành An

Nhạc sĩ Vũ Thành An

ĐƯA EM XUỐNG THUYỀN

Hoàng Thi Thơ

Am
Am
tiên.... Thôi chia ly bằng vuông khăn
C
Am
nầy, chia ly ôi thuyền em đi, em
Am
F
đi. Thôi chia ly bằng đôi mắt cay, chia ly
G
Dm
ôi thuyền em đi, em đi. Thuyền em
Em
G
đi ôi! Thuyền em đi khơi sóng cho ruộng đồng, khơi sóng trong lòng
Em
Am
FINE
người, khơi sóng trên giòng sông.

Đừng Bỏ Em Một Mình

Thơ Hoài Trinh - Phạm Duy phổ nhạc

Đau Đớn

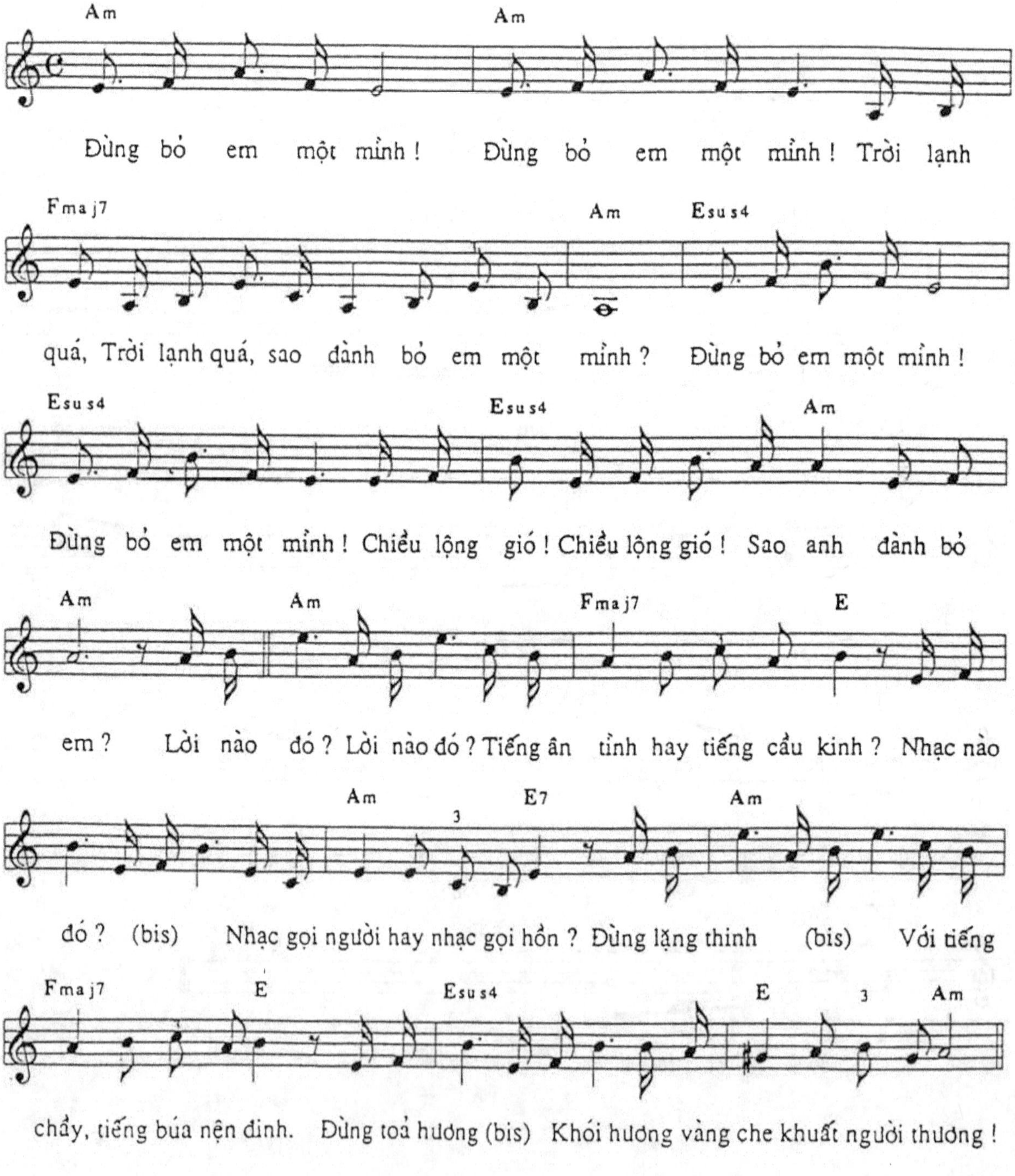

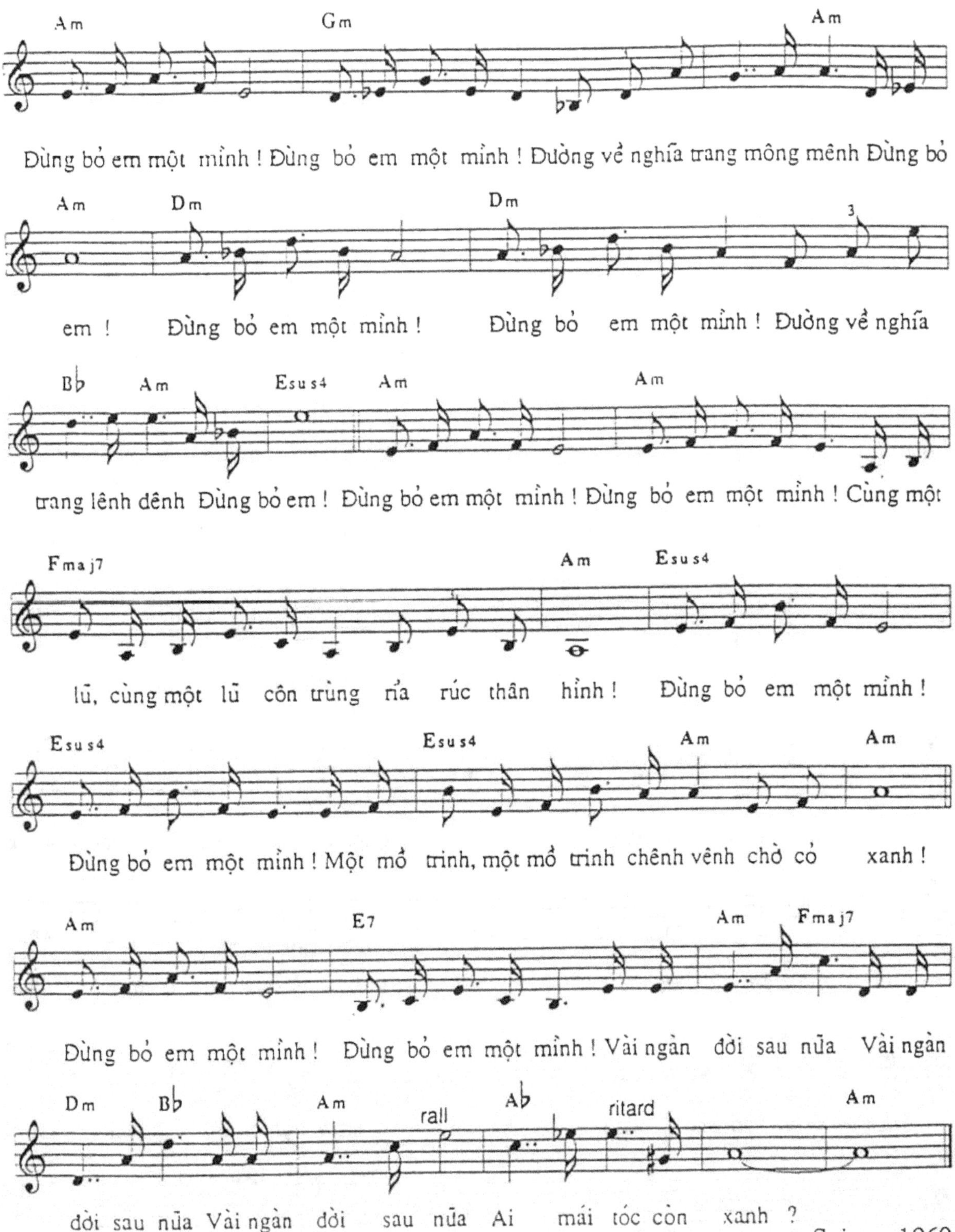
Am Gm Am
Đừng bỏ em một mình ! Đừng bỏ em một mình ! Đường về nghĩa trang mông mênh Đừng bỏ
Am Dm Dm
em ! Đừng bỏ em một mình ! Đừng bỏ em một mình ! Đường về nghĩa
Bb Am Esus4 Am Am
trang lênh đênh Đừng bỏ em ! Đừng bỏ em một mình ! Đừng bỏ em một mình ! Cùng một
Fmaj7 Am Esus4
lũ, cùng một lũ côn trùng rỉa rúc thân hình ! Đừng bỏ em một mình !
Esus4 Esus4 Am Am
Đừng bỏ em một mình ! Một mồ trinh, một mồ trinh chênh vênh chờ cỏ xanh !
Am E7 Am Fmaj7
Đừng bỏ em một mình ! Đừng bỏ em một mình ! Vài ngàn đời sau nữa Vài ngàn
Dm Bb Am rall Ab ritard Am
đời sau nữa Vài ngàn đời sau nữa Ai mái tóc còn xanh ?

Saigon 1960

ĐỪNG ĐÙA VỚI TÌNH YÊU

Nhạc & Lời: PHẠM MẠNH CƯƠNG & Y VÂN

tình yêu tìm chưa tới, con đường xa vời đầu mây cuối gió chởi
vởi. Yêu là bóng mây qua, là cánh sưởng
mờ trong chiều tà Ôi bèo nước phôi pha mộng đã tan
đi sao còn mở Xin đừng nói cho qua, thà nhỗ thưởng
nhau hởn là thế Đừng đùa trong tình yêu khiến cho duyên
đầu thành hận sâu

ĐỪNG KHÓC DĨ VÃNG

Nhạc & Lời: PHẠM MẠNH CƯƠNG

thưởng không còn nữa gợi làm gì cho đời ta thêm đau
thưởng, thêm sầu nhớ cùng tháng năm. Đừng
buồn khóc trong đêm trường. Ngày qua vẫn qua không
chờ. Đừng sầu đừng tiếc những ngày quá xa
rời nhắc làm chi?

ĐỪNG LỪA DỐI NHAU

Y Vân

Em E7 A A7
Nên nhiều khi mộng mơ làm quên bao xót xa. Ngày
D B7 Em E7 A
đến bao mặn mà. Ngày bước đi hững hờ. Vì
F#m Bm G Gm6 D
trót yêu nên đành. Người quên vẫn quên, người thương vẫn thương.
D F#m Bm A7
Đừng lừa dối nhau. Đừng có quên bao nhiêu ngày qua.
D F#m D7 G Gm6 D D7
Đừng lừa dối nhau. Vùi lấp đi bao nhiêu vần thơ.
G F#m F#7 Bm G
Có mấy lúc được yêu. Còn nhiều ước mơ lòng còn bơ vơ.
B7 Em A7 D
FINE
Sẽ có trong tâm hồn khát khao không nhiều: "Tình Yêu."

Đừng Xa Nhau

Nhạc và lời : Phạm Duy

D A7 D Bm D7
Đừng xa nhau Đừng quên nhau Đừng dứt tiếng ngậm sầu Đừng im hơi
G D A7 D
đắng cay rời nhau.. Đừng đi mau Để mãi mãi
G Bm G Gm D
là chiếc bóng đậm mầu Còn theo nhau tới muôn đời sau.

Saigon 1958

Đừng Xa Em Đêm Nay

Nhạc và Lời: Đức Huy

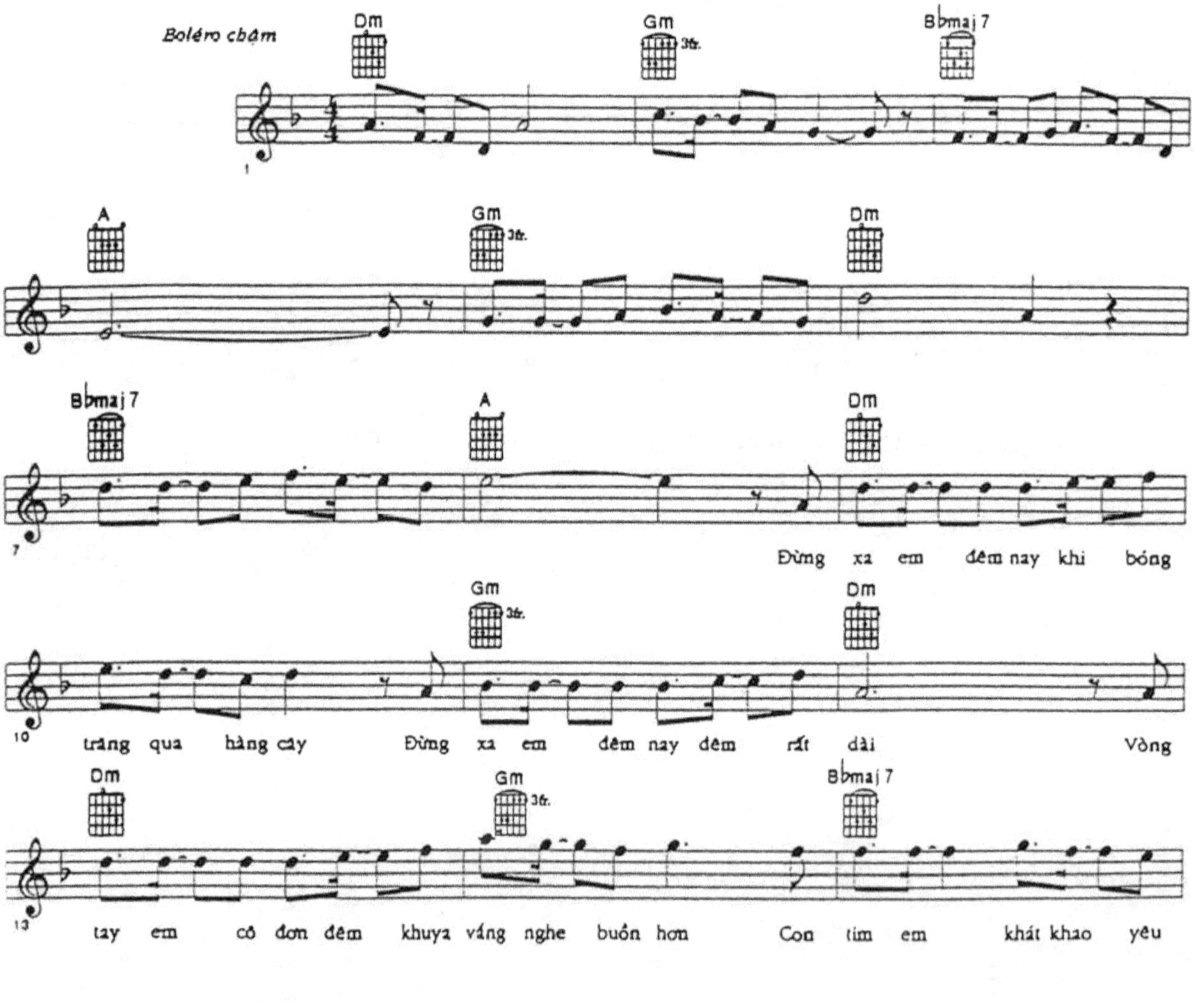

A
Dm
16 thương Đừng xa em đêm nay hãy nói anh sẽ ở đây Đừng
Gm 3fr.
Dm
Dm
19 để em một mình nơi chốn này Hãy ôm em trong tay cho em
Gm 3fr.
B♭maj7
A
Dm
22 biết anh cần em Và hãy nói anh vẫn yêu em
Gm7
Dm
25 Giọt nước mắt nào đổ trong bóng tối khi nằm lắng nghe tiếng đêm
A
28 Lắng nghe tiếng đêm nghe nhịp đập con tim Ru em giấc ngủ
Dm
Gm7
31 yên Đời em vắng lặng
Dm
34 và anh đã đến như ngọn nến trong bóng đêm nến trong bóng đêm soi

A Dm
37 vào tim em Những xao xuyến đã ngủ quên
A Dm
40 tacet Đừng xa em đêm nay khu phố quen đã ngủ say Đừng
Gm 3fr. Dm Dm
43 xa em đêm nay đêm rất dài Hãy yêu em đêm nay cho quên
Gm 3fr. Bbmaj7 A Dm
46 hết đi ngày mai Đừng xa em Đừng xa em đêm nay Hãy
Dm Gm 3fr. Bbmaj7 A
yêu em đêm nay cho quên hết đi ngày mai Đừng xa em Đừng xa em đêm
Dm Bbmaj7 A Dm
nay Đừng xa em Đừng xa em đêm nay Đừng
Bbmaj7 A Dm
Nhắc lại và nhỏ dần
xa em Đừng xa em đêm nay Đừng

Đừng Yêu Anh Nữa Em Ơi !

3
thôi đành ôm ấp lẻ loi ! ! Em ơi ! Đừng yêu anh nữa em
(Anh) (Em) (Anh)
ơi, đừng khơi thêm phút ly phôi... Tim anh như nát tan
(Em)
rồi, lòng anh mang vết thương đời cho dù rồi trăm nguồn
(Em)
vui nhưng lòng anh biết sao nguôi ! Em ơi, rồi đây trong chốn xa
(Em) (Anh)
xôi đường em, em bước.. em vui.. riêng anh thui thủi phương
trời tìm ai trong cả cuộc đời... mơ nụ cười... mơ ngày
vui... mơ tình xưa dở dang rồi.... Ai ơi ! Ngày xưa đâu ; anh
(Anh) (Em
ngắm nụ cười ngây thơ Ai ơi ! Tình xưa đâu duyên
khóc thương mùa trăng thơ)
kiếp thôi đành bơ vơ...... Em đưa thuyền xuôi qua bến xuân
(Anh đi.. và đi đi mãi đâu
rồi làm anh tan nát một đời ; một mình, một bóng đơn côi.. biết đâu về
rồi...
3
đâu.. nhớ thương còn sầu đành ôm ấp sầu đau ! ! ....

Được Tin Em Lấy Chồng

Châu Kỳ

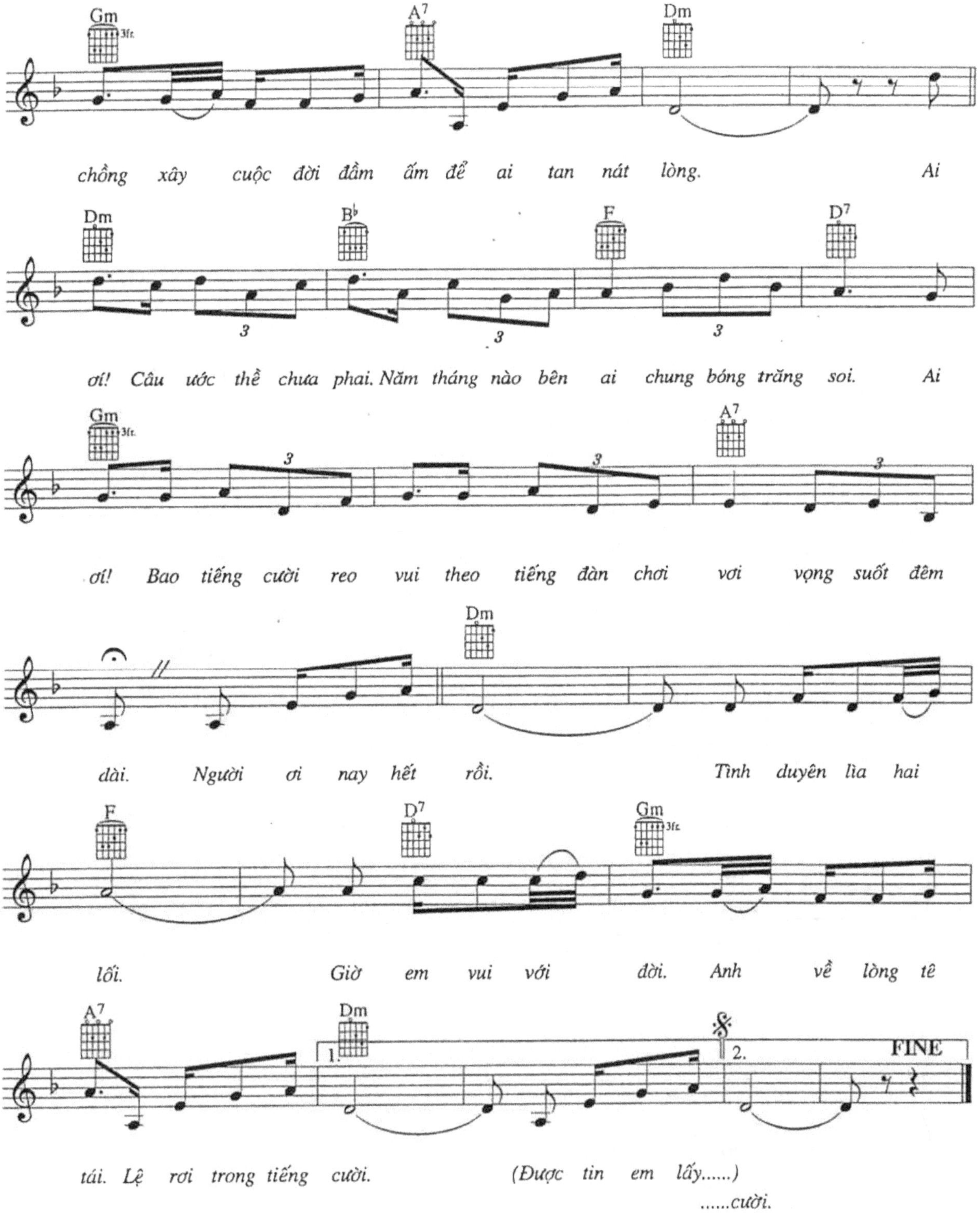
Gm A7 Dm
chồng xây cuộc đời đầm ấm để ai tan nát lòng. Ai
Dm B♭ F D7
ơi! Câu ước thề chưa phai. Năm tháng nào bên ai chung bóng trăng soi. Ai
Gm A7
ơi! Bao tiếng cười reo vui theo tiếng đàn chơi vơi vọng suốt đêm
Dm
dài. Người ơi nay hết rồi. Tình duyên lìa hai
F D7 Gm
lối. Giờ em vui với đời. Anh về lòng tê
A7 Dm
1. 2. FINE
tái. Lệ rơi trong tiếng cười. (Được tin em lấy......)
......cười.

Blues

HỒNG DUYỆT

đường chiều một bóng

nhạc và lời: TRƯỜNG SA

lòng, bàn tay nhỏ bé giữa phong trần, mơ bước xuân
sang, mộng ước ngày xanh về chung mái ấm bao yêu
thương. Đường chiều một bóng, chỉ còn xa vắng với đêm mong chờ
người về tìm nhau quên niềm băng giá. Đường về mờ xóa núi sông khuất
mờ, thương quê xưa thương người chốn điêu linh. (Đường chiều một...)
linh, Đường chiều một bóng hồn chiều quạnh vắng, về đâu hỡi
cánh chim giang hồ bay tha phương!

Đường dài một bóng

Nhạc: Hoàng Trọng
Lời: Song Hương

Am Em
dài não nùng. Nhìn sau lưng đã biên cương sầu
B7
tan ngàn trùng Xin cho quên cõi đời xa
Am B7
và cuộc tình như mây lướt thoáng qua
Em
Đàn lỡ ngang cung phím tơ đầu tiên
Am B7
Hạnh phúc không như giấc mơ tìm đến
Am
Đêm khuya gót mềm phân vân Nghe đau buốt từng dư
Em B7 Em
âm Đường dài một bóng âm thầm

Đường Em Đi

Nhạc và lời : Phạm Duy

D7 G
ngõ đắng cay Dừng chân phút đây Xong chia lìa...
B7 F#7 B
Đường dài thêm bao nỗi éo le Dài thêm nắng mưa, thêm
Em Em Am
ê chề... Đường em cứ đi Tỉnh ta cứ xây Chờ
C B7 Am
em thoát thai trên đường về. Đường quanh khúc co Nhịp
Em B7 Em
chân trói vo Đường duyên ấm vui... Đường mơ!
Saigon 1960

đường vào TIM

Hoài-Linh

Slow Rock

tăm Em, anh hay những người tôi mến tuy biết nhưng chưa
quen khúc ca này làm duyên Kinh đô hoa đèn tay trắng còn chưa
yên tôi có gì cho em? Nắng xế mái đầu đời mình như con
tầu dật dờ đi về đâu Đây khúc tình ca chưa có tên
Gửi em nhỏ bé vẫn mong tìm Hoa thêu trên áo vàng hay
tím đôi mắt hay sao đêm dẫn tôi đường vào tim

ĐƯỜNG VỀ

Lời QUANG - KHẢI Nhạc : HOÀNG - TRỌNG

Tình Khúc "ĐƯỜNG VỀ" do HOÀNG-TRỌNG sáng tác năm 1950 tại HÀ-NỘI với lời ca của QUANG-KHẢI. Bài nầy đã do nhà xuất bản AN PHÚ ấn hành lần thứ nhất năm 1953.

Đường Về Hai Thôn

Phạm T. Mỹ - Hồ Đ. Phương

D7 Gm C7 F Gm B♭
ta lên men rồi, còn chi ngăn cách lòng mà chưa trao giấc mơ xuân cùng
F A7 Dm C Am
nhau? chày dâng lên trăng màu, bà con đang mong cầu, rằng
Gm B♭ Dm Dm
đôi ta sớm nên duyên ban đầu. Đường về hai thôn, mai mốt đôi
Gm F Dm Gm
uyên ương qua cầu soi bóng. Nhủ thầm sông ơi gương nước chưa
B♭ Am Dm B♭ C
phôi pha ta còn vui hoài! Trời quê bát ngát sẽ trông thấy
F Gm F D7 Gm C7
tương lai qua tình lứa đôi: Lúa đồng mãi xanh tươi, mướp cà thắm nơi
F A7 1.Dm
nơi, và vành môi trai gái góp câu ca yêu đời. (Đường về)
2. F Gm B♭ Am C Dm FINE
đời. Nhịp cầu đưa lối, chung bước hai thôn, ta đón trăng về, mừng duyên quê.

Đường Xa Ướt Mưa

Nhạc và Lời: Đức

© 1983.19

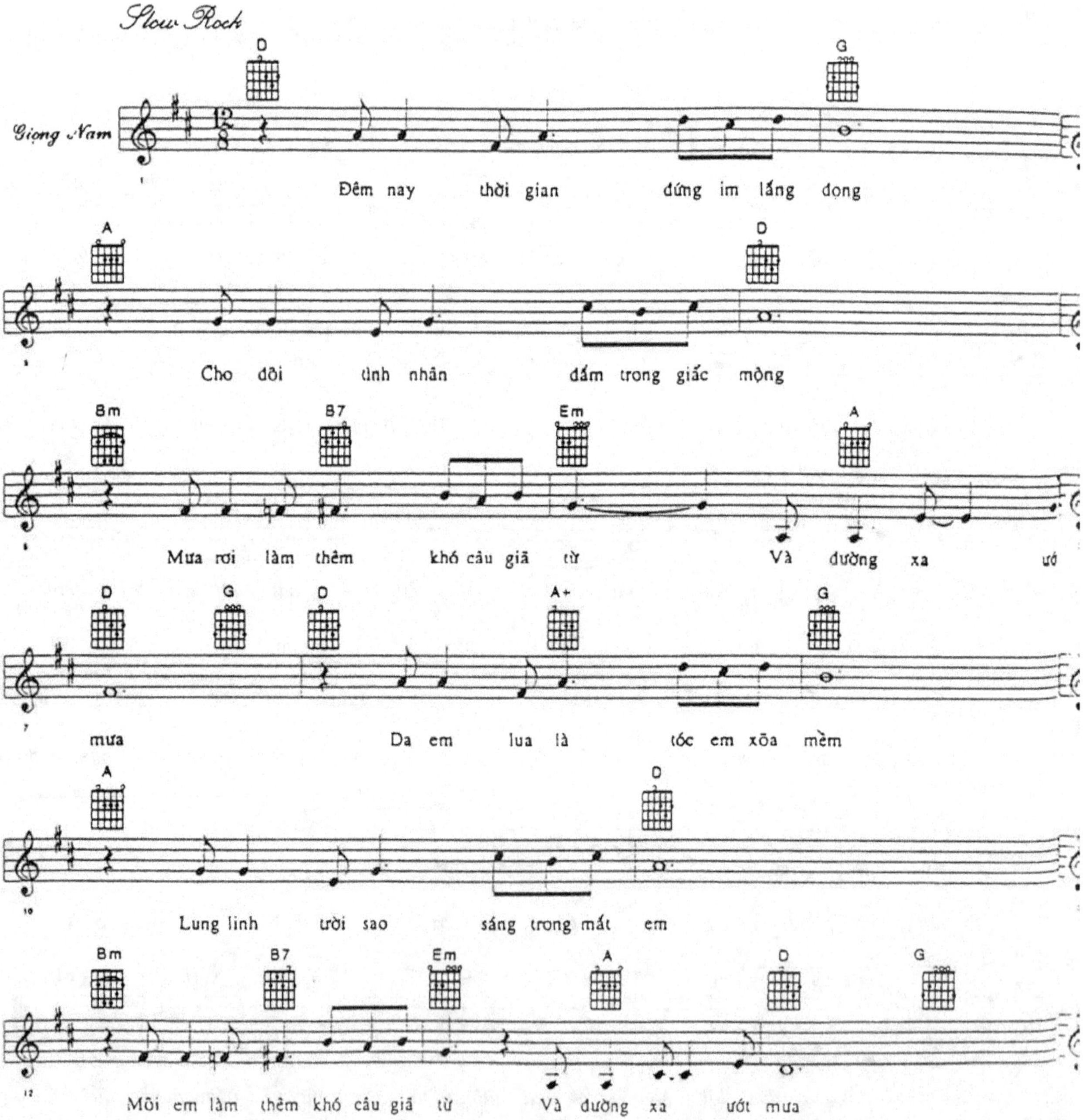

D D7 G A/G D Bm
Ngại đường xa ướt mưa Em muốn anh đưa em về Sao
Em A D D7
em không ở lại đây đêm nay Ngại
G A/G F#7 Bm
đường xa ướt mưa Đừng bắt anh đưa em về Anh
E A A A+
xin em đừng về đường quá xa xôi Xin mưa triền miên mãi không lắng
G A
đọng Cho đôi tình nhân đuối trong giấc
D Bm B7
mộng Trong cơn ngủ quên trốn câu giã
Em A D G D
từ Vì đường xa ướt mưa

ĐƯỜNG XƯA LỐI CŨ

Hoàng Thi Thơ

Đông 1958

Viết kính dâng Mẹ và tặng Em

về, nào ngờ người em sang ngang khi xuân chưa tàn, con đò nào
đẩy đưa em tôi vào xa vắng... Khi tôi về nghẹn ngào trong
nắng, tưởng gặp Mẹ tôi rưng rưng đứng đón con về, nào ngờ Mẹ
tôi ra đi bên kia cuộc đời, không lời biệt ly cuối cùng trước khi phân
kỳ... Chạnh lòng thương nhớ những phút xưa, phút xưa qua qua
rồi Lạnh lùng tưởng nhớ bóng dáng ai in sâu trong lòng
tôi Đường xưa còn đó, nắng vẫn lên vẫn trăng treo ven
đồi Mà hình bóng cũ thiếu trong tôi mỗi khi nghe chiều rơi...
9

em bé quê

Pha.m Duy

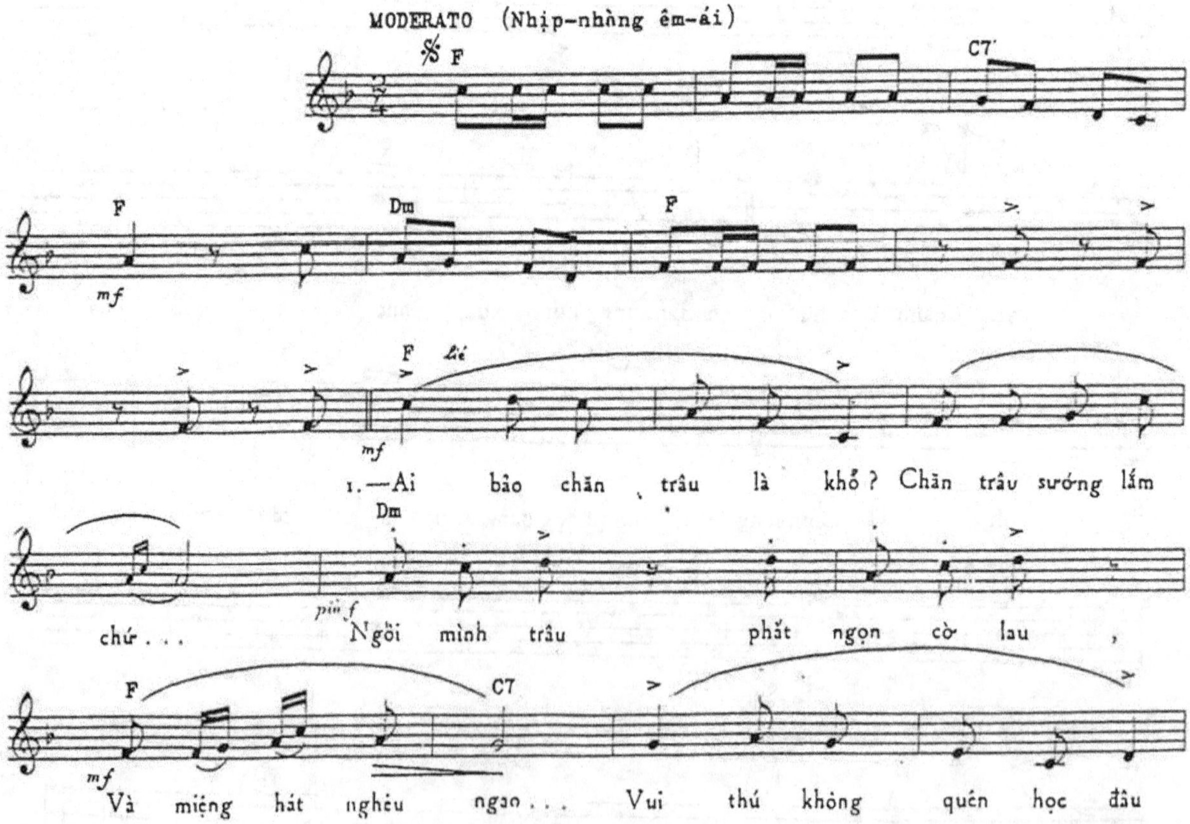

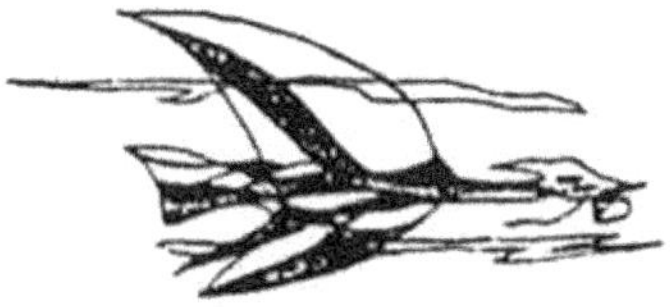

Dm cresc...
C7
Nằm đồi non gió mát . . . Cắt tiếng theo tiếng
F
lúa đang reo , Em đánh vần thật mau . . .
Am
F
dolce
più f
Chiều vương tiếng diều trên bờ đê vắng xa !
Bb
F
C
mf
Đường về xóm nhà : Chữ i , chữ tờ . . .
Am
F
Gm
f
Lùa trâu nhốt chuồng gánh nước nữa là xong !
Bb
F
C7
F
mf
p
pp
1953
Khoai lùi bếp nóng ngon hơn là vàng

EM CHỜ ANH TRỞ LẠI

Hoàng Nguyên

Dm C Am
sầu. Ngờ đâu chân anh lạc bước khi qua cầu. Chiều nay bâng
Dm G7 C
khuâng chợt nhớ thương đời nhau. Ngày anh ra đi rặng Liễu chưa xanh
Em F Dm
màu. Mà nay bên sông Liễu khuất bến giang đầu. Mười mấy năm qua
G Dm F D7 G7 C
rồi. Còn gì đâu? Còn gì đâu? Có chăng là đớn đau. Em chờ anh
F Dm
trở vào chốn đây. Đường xưa còn đó sánh đôi vai gầy.
B♭ G F C
Em chờ anh tìm về lối cũ. Có em còn đây bên sông
G Dm G7 C
FINE
này đợi chờ ai đến trong vòng tay.

Em còn nhớ hay em đã quên

Trịnh Công Sơn

đi nơi này vẫn thế, Lá vẫn xanh trên con đường nhỏ, Vườn xưa
đi nơi này vẫn thế, Vẫn có Em trong tim của Mẹ, Thành phố
vẫn có tiếng mẹ ru, có tiếng em thơ, có chút nắng trong tiếng gà
vẫn có những giấc mơ, vẫn sống thiết tha, vẫn lấp lánh hoa trên đường
trưa. Em còn nhớ hay Em đã quên, nhớ đường dài qua cầu lại
đi. Em còn nhớ hay Em đã quên, nhớ Sài - gòn những chiều lộng
nối, nhớ những con sông nối bao dòng kinh, Nhớ ngựa thồ ngoại ô xa
gió, lá hát như mưa suốt con đường đi, Có mặt đường vàng hoa như
vắng, nối xôn xao hàng quán đêm đêm. Em còn nhớ hay Em đã
gấm, có không gian màu áo bay lên. Em còn nhớ hay Em đã
quên trong lòng phố mưa đêm trói chân, dưới hiên nhìn nước
quên quê nhà đó năm xưa có Em, có bóng dừa, có
dâng tràn, Phố bỗng là dòng sông uốn quanh.
câu hò, Có con đò chở mưa nắng đi.

EM CÒN NHỚ KHÔNG EM

(BỐN MÙA THƯƠNG NHỚ)

THANH-NAM ✱ HOÀNG-TRỌNG

Tình Khúc "Em Còn Nhớ Không Em" do Hoàng Trọng phổ nhạc vào thơ của Thanh Nam năm 1961. Bài này đã do nhà xuất bản An Phú ấn hành lần thứ nhất năm 1962.
(ảnh bìa: Ca sỹ Nhật Thiên Lan)

EM CÒN NHỚ MÙA XUÂN

NHẠC VÀ LỜI : NGÔ THỤY MIÊN

đất nước tơi bời Một thời em có hay Những thành
phố em sẽ đi qua Đây Pa - ris, đây Luân Đôn đây
Vienne Nhưng có đâu bằng Sài - gòn hôm qua nhưng có đâu bằng Sài - gòn mai
sau Em có mơ ngày hát câu hồi hương. Em nhé khi nào chợt nhớ mùa
Xuân Nhớ lá thư xanh và chuyện tình
hồng Nhớ nắng hanh vàng nhuộm áo Hà
Đông Anh ở nơi này vẫn luôn chờ mong.

Em đã cho tôi bầu trời

Trịnh Công Sơn

1
3
tôi cho tôi một ngày. Từ chiều nay em nên lặng lẽ
tôi cho tôi vạn ngày Từ chiều ...
2
3
tới Em sẽ cho ... ... nay ngồi cạnh đây với tôi. Em đã cho
tôi Quên đi muộn phiền, Em đã cho tôi thêm bao ngày
... tôi cho tôi bầu trời, Em đã cho tôi yêu thêm loài
1
3
buồn, Vì chiều nay Em muôn đời nằm xuống. Em đã cho
người, Vì từ ...
2
3
.... đây tôi còn Em đời đời. Vì từ đây thôi xót xa chờ
3
đợi. Vì từ đây không có ai phụ người.

Em đã thấy mùa xuân chưa.

Quốc Dũng

A A7 D E♭dim
tay mềm Một giây hồn lênh đênh môi em thơm ngát đón đưa cơn
A G F♯7 Bm Dm
say tìm Em biết không em anh như bóng mây tìm nơi đổi
A C♯+9 F♯m Dm6 E7
bến Đâu bến xa vời mà tình vẫn rơi mây hoài vẫn
A Am9 B♭maj7
trôi Trời dạt dào sóng gió reo mùa đông chìm trong giá
G/B E♭/G♯ Am
băng bóng xuân mịt mùng Vì mình xa
Dm Dm7 G7 Cmaj7 Bdim7
nhau nên xuân vẫn mãi xa vời chốn nao Còn thương nhớ
E E7 Am
nhau còn nặng u sầu muôn kiếp về sau.

EM ĐẾN THĂM ANH ĐÊM 30

Thơ : Nguyễn Đình Toàn

Em đến thăm anh đêm ba mươi còn đêm nào vui bằng đêm ba mươi.

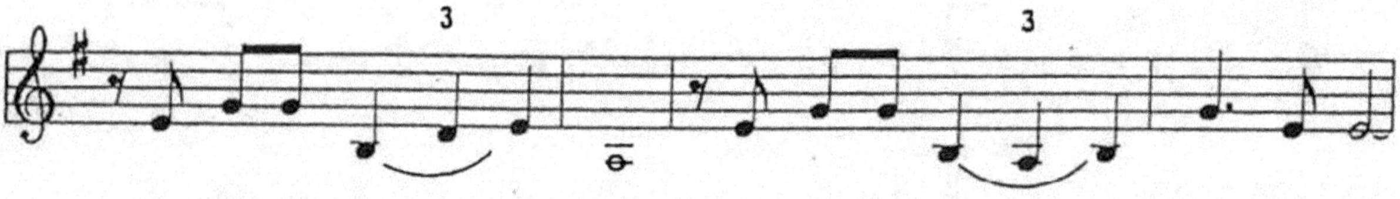

Anh nói với người phu quét đường xin chiếc lá vàng làm bằng chứng yêu em

Tay em lạnh để cho tình mình ấm. Môi em mềm cho giấc ngủ anh

A
tay mềm Một giây hồn lênh đênh môi em thơm ngát đón đưa cơn
A G F♯7 Bm Dm
say tìm Em biết không em anh như bóng mây tìm nơi đổi
A C♯+9 F♯m Dm6 E7
bến Đâu bến xa vời mà tình vẫn rơi mây hoài vẫn
A Am9 B♭maj7
trôi Trời dạt dào sóng gió reo mùa đông chìm trong giá
G/B E♭/G♯ Am
băng bóng xuân mịt mùng Vì mình xa
Dm Dm7 G7 Cmaj7 Bdim7
nhau nên xuân vẫn mãi xa vời chốn nao Còn thương nhớ
E E7 Am
nhau còn nặng u sầu muôn kiếp về sau.

EM ĐẾN THĂM ANH ĐÊM 30

Thơ : Nguyễn Đình Toàn

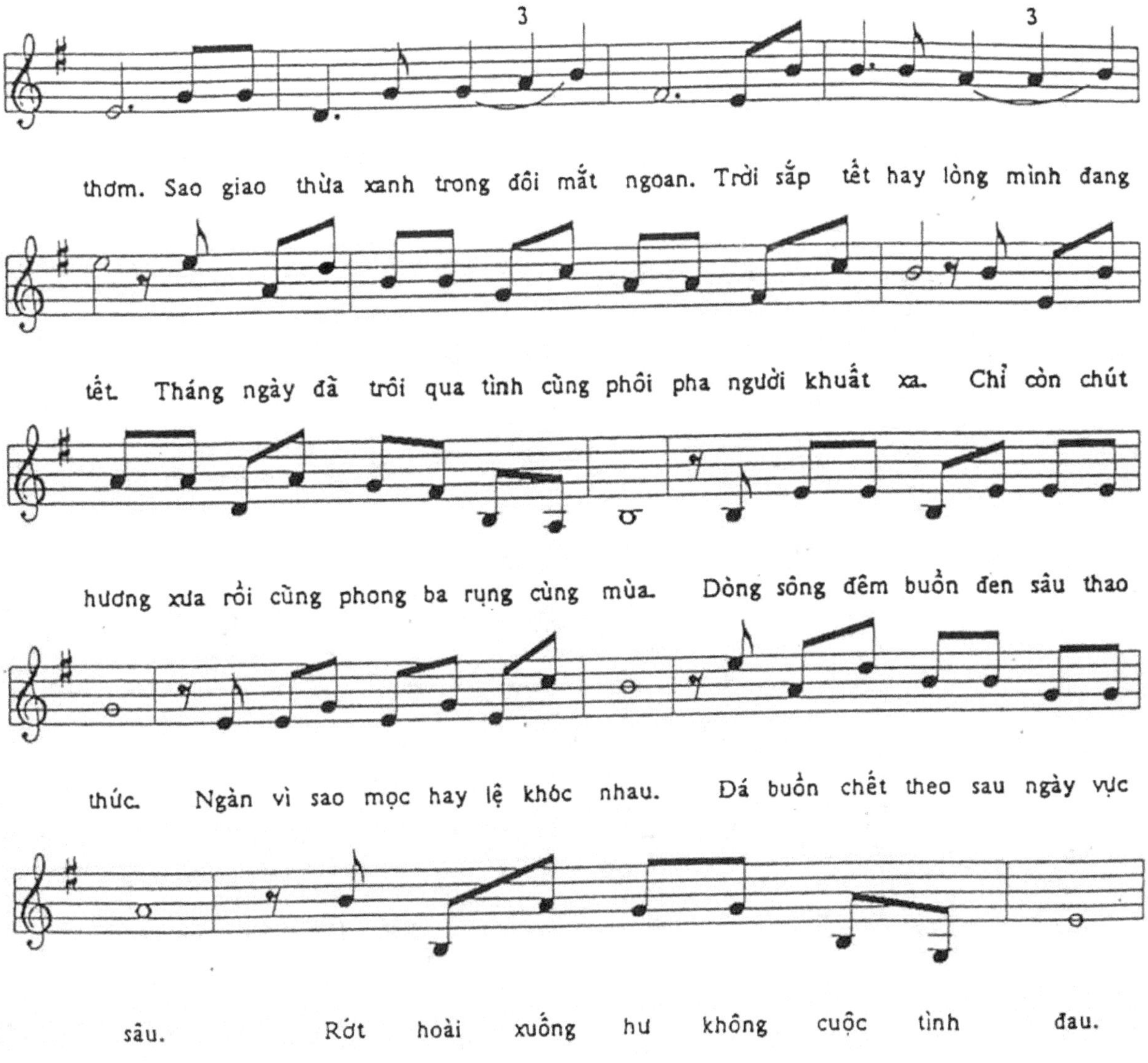
3
3
thơm. Sao giao thừa xanh trong đôi mắt ngoan. Trời sắp tết hay lòng mình đang
tết. Tháng ngày đã trôi qua tình cũng phôi pha người khuất xa. Chỉ còn chút
hương xưa rồi cũng phong ba rụng cùng mùa. Dòng sông đêm buồn đen sâu thao
thức. Ngàn vì sao mọc hay lệ khóc nhau. Đá buồn chết theo sau ngày vực
sâu. Rớt hoài xuống hư không cuộc tình đau.

EM ĐẾN THĂM ANH
MỘT CHIỀU MƯA

LỜI VÀ NHẠC : TÔ-VŨ

hỏi một câu , Lời nghẹn ngào hồn anh như say như ngây vì đâu ?
Gió đưa cánh chim trời , Đó đây cách xa vời , Chiều vui mưa ướt
cánh . Khá thương kiếp bình bồng dầu khăng - khít đôi lòng .
Chiều nào em xa anh ! Có hay lúc em về
gót chân bước reo âm - thầm trên đường một mình ngoài mưa, (mưa như mưa trong lòng anh) .
Lòng bồi - hồi nhìn theo chân em chìm trong ngàn xanh , Ta ước mơ một chiều thêu
FINE
nắng , Em đến chơi quên niềm cay đắng và quên đường về

Em đến từ nghìn xưa

Trịnh Công Sơn

lạ Vì trong đôi mắt đó Có quê hương bạn
bè Em đã đến giữa quê hương
Có những nghìn năm xưa Hóa thân em bây giờ Nên
tôi vẫn nhìn thấy em Giữa đám đông xa lạ
Vì em như chim trắng Giữa trồng đồng bước ra.
Vì khi em đi đứng Dáng quê nhà thoáng qua.
Tôi vẫn nhìn thấy em Giữa đám đông xa lạ
Tôi vẫn nhìn thấy em Giữa đám đông xa lạ
Vì em như hoa lá Giữa thiên nhiên hiền hòa.

EM ĐẸP NHƯ MƠ

Nhạc: Ngoại Quốc
Lời Việt: Xuân Hùng

Dm
Am
Tôi nghe cơn gió ru hời. Trời lành lạnh cho mùa
Em như mây trắng trên trời. Rồi một chiều cánh mây
C
Dm
Am
thu về. Tôi nghe tôi khóc trong lòng.
khép lại. Mây đang bay bỗng rơi rụng.
F
C
G
Hôm nay đây mùa thu mới sang. Ôi! Sao xa quá xuân
Em ra đi bỏ lại sắc hương. Ôi! Thiên thu mãi xa
C
E7
Am
xưa. Trong công viên lá thôi đong đưa.
nhau. Ôi! Đôi ta cách ngăn đôi đời.
G
C
Dm
Tôi nghe em cười trong nắng. Giang tay cho gió rung
Em ra đi vào mù khơi. Trong hơi sương áo em
Am
Dm
Am
FINE
tà áo. Trong sương em sẽ tan nhòa.
lộng gió. Cho tôi thương nhớ vô bờ.

Em Đi

Nhạc: Đức Huy ©1983, 1990
Lời: Phù Du

A
Bm/A
E/A
em môi nồng hôn ấm còn vương
Yêu em vai gầy tóc mây cò
A
D
A
thương
Mai xa rồi lòng nghe tan nát rã rời
Mai xa
E
Am
Am
rồi nước mắt nào đầy vơi
Em đi rồi cây cỏ buồn
Bm7(♭5)
E
Am
say
Em đi rồi hoa lá sầu lây
Em
Dm7
Am
F7
E
đi rồi tay gầy nào vẫy
Em đi rồi đôi mắt nào
Am
Dm
G
C
cay
Thôi xa rồi sao người còn đứng đợi
Thôi xa
E
Am
rồi xin người hãy buông lơi

EM ĐI RỒI

Lam Phương

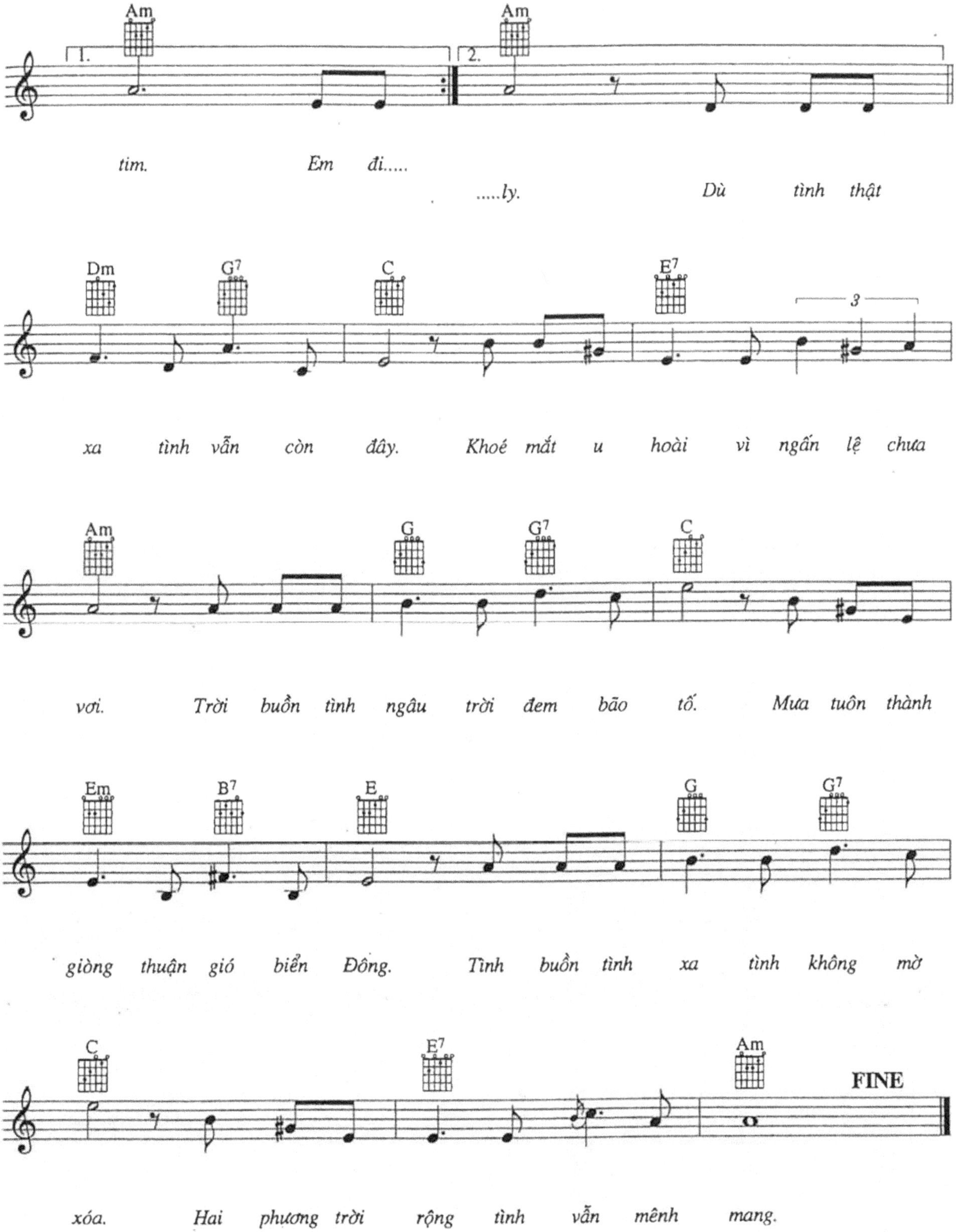
Am
1.
tim. Em đi.....
Am
2.
.....ly. Dù tình thật
Dm G7 C E7
3
xa tình vẫn còn đây. Khoé mắt u hoài vì ngấn lệ chưa
Am G G7 C
vơi. Trời buồn tình ngâu trời đem bão tố. Mưa tuôn thành
Em B7 E G G7
giòng thuận gió biển Đông. Tình buồn tình xa tình không mờ
C E7 Am
FINE
xóa. Hai phương trời rộng tình vẫn mênh mang.

Em đi trong chiều

Trịnh Công Sơn

xao Một giòng sông sâu Chở hồn thương đau Em đi qua
cầu Chở chiều trăn vai Ngậm buồn trên môi Trái tim đã
hoài Một người nằm xuống một người nơi đây. Em đi qua
cầu Một hôm mây bay Em đi trong chiều Một đời khôn
nguôi Một đời riêng ai mong ai Em đi qua cầu Tiếng súng vang
lần 2 để hết
theo Làng mạc quê hương Có dáng buồn rầu Em đi qua
cầu Có gió hiu hiu Thổi lòng em xa Đến mãi nơi nào.

Em hãy ngủ đi

Trịnh Công Sơn

em mi cong cỏ mượt ngủ đi
em da thơm quả ngọt ngủ đi
em tay xanh ngà ngọc ngủ đi
em tay thôi mời mọc ngủ đi
em tóc gió thôi bay Đời đã
em trong tiếng ru êm người đã
khép và ngày đã tắt em hãy ngủ đi
đến và người đã vắng em hãy ngủ đi
Đời mãi đêm và ngày mãi buồn
ngoài phố kia loài người đã về
em hãy ngủ đi
em hãy ngủ đi

"em hiền như MA SOEUR"

thơ nguyễn tất nhiên . phạm duy phổ nhạc

soeur nầy ma soeur ! Ta nhờ em ru ta Hãy
ru tên vô đạo Hãy ru tên khờ khạo Ma soeur nầy ma
soeur ! Đưa em về dưới mưa chiếc xe lăn dốc
già Đưa em về dưới mưa Áo em bùn lưa thưa !
Đưa em về dưới mưa hỏi cô em bé nhỏ Ôi
duyên tình đã qua Có bao giờ không xưa ? Vai
em tròn dưới mưa Ướt bao nhiêu cũng vừa Như u tình đã
xa thấm linh hồn ma soeur ! La la là lá la là
la la la là la la là lá la la la là la la...

Em Là Thành Phố

Nhạc và Lời · Đức Huy
© 1983, 19..

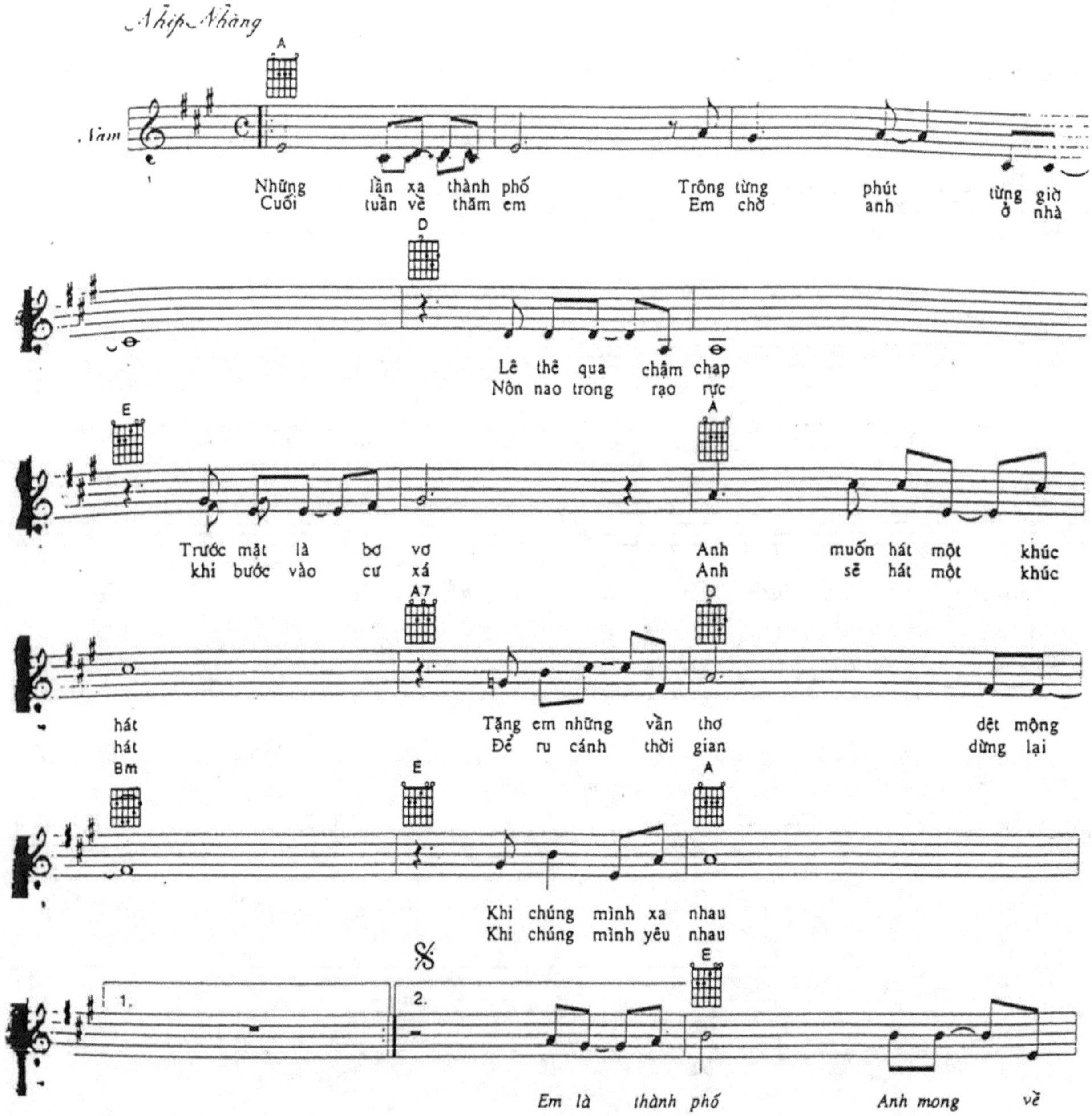

D
A
thăm những con đường loang nắng
Thành phố là
E
D
A
To Coda
em anh mong về thăm có khung trời mây trắng
A
Đến một ngày em đi xa
D
thành phố Sai-gòn
Đem theo bao kỷ
E
niệm
Để lại nhiều nhung nhớ
A
A7
Anh sẽ hát một khúc hát
Để ru những mộng
D
Bm
E
A
D.S. al Cod
mơ còn nhiều
Đưa tiễn người ra đi

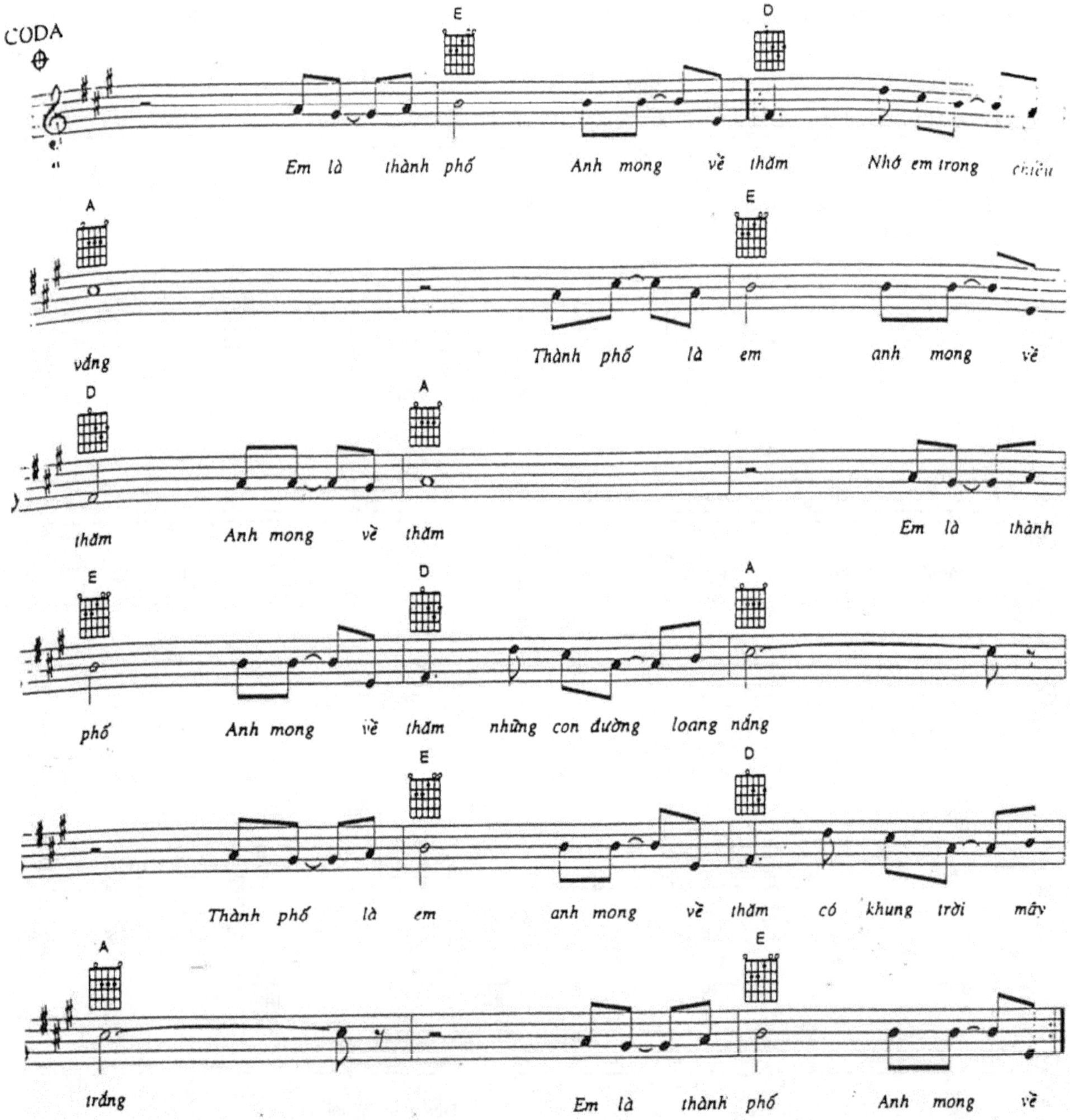
CODA
E
D
Em là thành phố Anh mong về thăm Nhớ em trong chiều
A
E
vắng Thành phố là em anh mong về
D
A
thăm Anh mong về thăm Em là thành
E
D
A
phố Anh mong về thăm những con đường loang nắng
E
D
Thành phố là em anh mong về thăm có khung trời mây
A
E
trắng Em là thành phố Anh mong về

Em lễ chùa này

thơ Phạm Thiên Thư

Nhạc: PHẠM DUY

chậm
sân vài cành khô gẫy gió lung lay một cành lan gầy... tàn mùa
đông vào chùa bỡ ngỡ tiễn đưa em trong áo quan này từng cội
hoa trầm lặng thương nhớ tóc em xưa lơ óng như mây! vườn chùa
đây vào nằm trong đất nép bên hoa đây những hoa vàng vườn đào
thanh
thơm chập chờn cánh bướm bướm quơ râu ngơ ngác bay ngang... mộ của
em mộ vừa mới lấp có con chim nào hót trên cây lời của
chim chim vào tiếng suối suối xanh lơ buồn khóc ai hoài! rồi từ
đây vườn chùa thanh vắng đến thăm em ngày tháng qua mau... một nụ
ritard
mai vừa nở trong nắng hỡi em ơi! mây đã qua cầu... hỡi em
ơi! mây đã qua cầu ....

Em Ngủ Trong Một Mùa Đông

Nhạc Đăng Khánh
thơ Du Tử Lê

Tóc người chảy suốt cơn mưa
Ngực thơm hoa bưởi, môi đưa bão về
Du Tử Lê

F♯m Em A7 D
xưa và vẫn đợi chờ Em ngủ trong một mùa
Dm A7/C♯ Dm Fmaj7 B♭ Em7(♭5)
xuân Một mùa xuân chết dần Bàn chân buồn góc phố Hồn tôi không trối
A7 Dm A7/C♯ Dm Fmaj7
trăn Em ngủ trong một mùa thu Cuộc tình tôi giã từ Một đời không dậy
B♭ Asus4 Dm Dm
D.S. al Fine
Fine
nữa Một đời thôi cũng thôi Thôi hết thôi.

Em ơi Hà Nội phố

Nhạc : PHÚ QUANG
Ý thơ : PHAN VŨ

Andantino

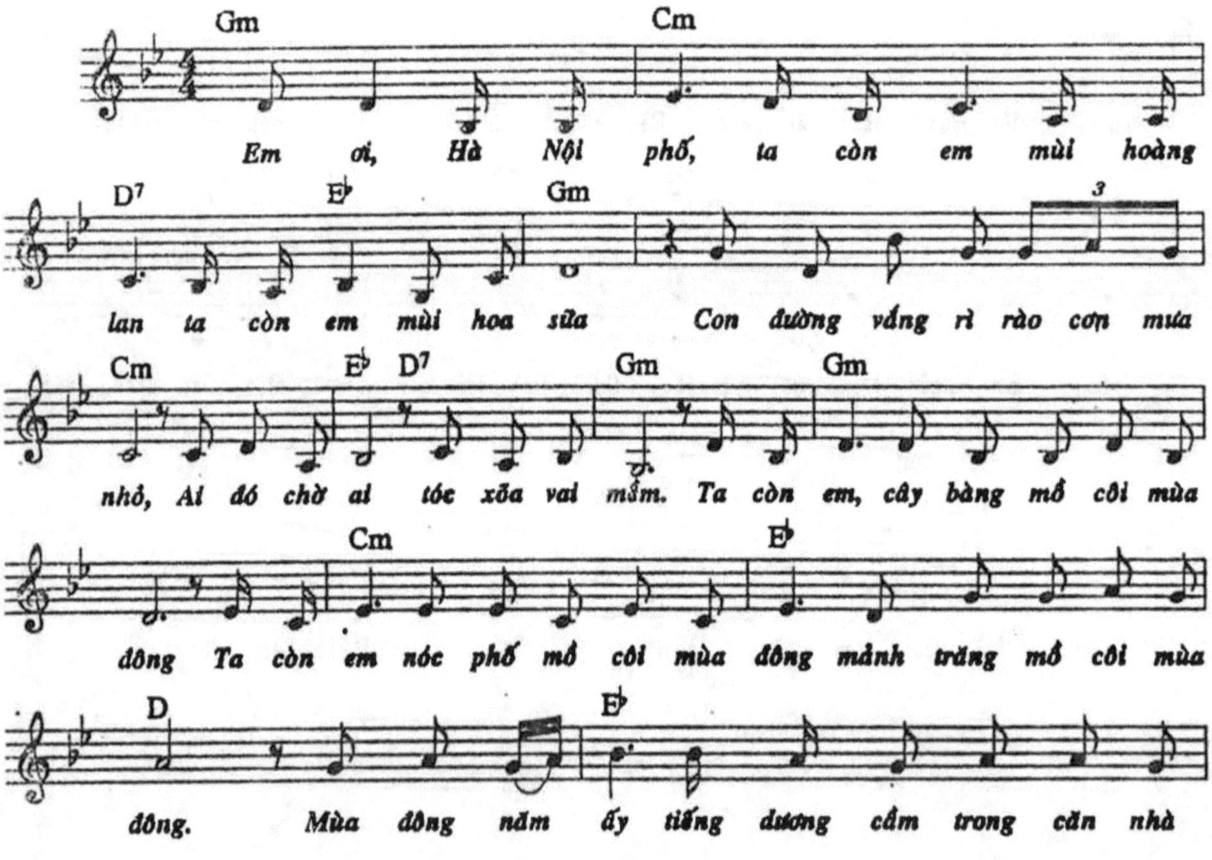

đổ Tan lễ chiều sao còn vọng tiếng chuông ngân. Ta còn em, một màu xanh thời
gian một chiều phai tóc em bay chợt nhòa chợt hiện Người nghệ sĩ lang thang hoài trên
phố bỗng thấy mình chẳng nhớ nổi một con đường. Ta còn em hàng phố cũ rêu
phong và từng mái ngói xô nghiêng nao nao kỷ niệm Chiều Hồ Tây lao xao hoài con
sóng chợt hoàng hôn về từ bao giờ. Em ơi, Hà Nội
phố, ta còn em mùi hoàng lan ta còn em mùi hoa sữa.
Con đường vắng rì rào cơn mưa nhỏ Ai đó chờ ai tóc xõa vai mềm.

EM TÔI

Lê Trạch Lựu

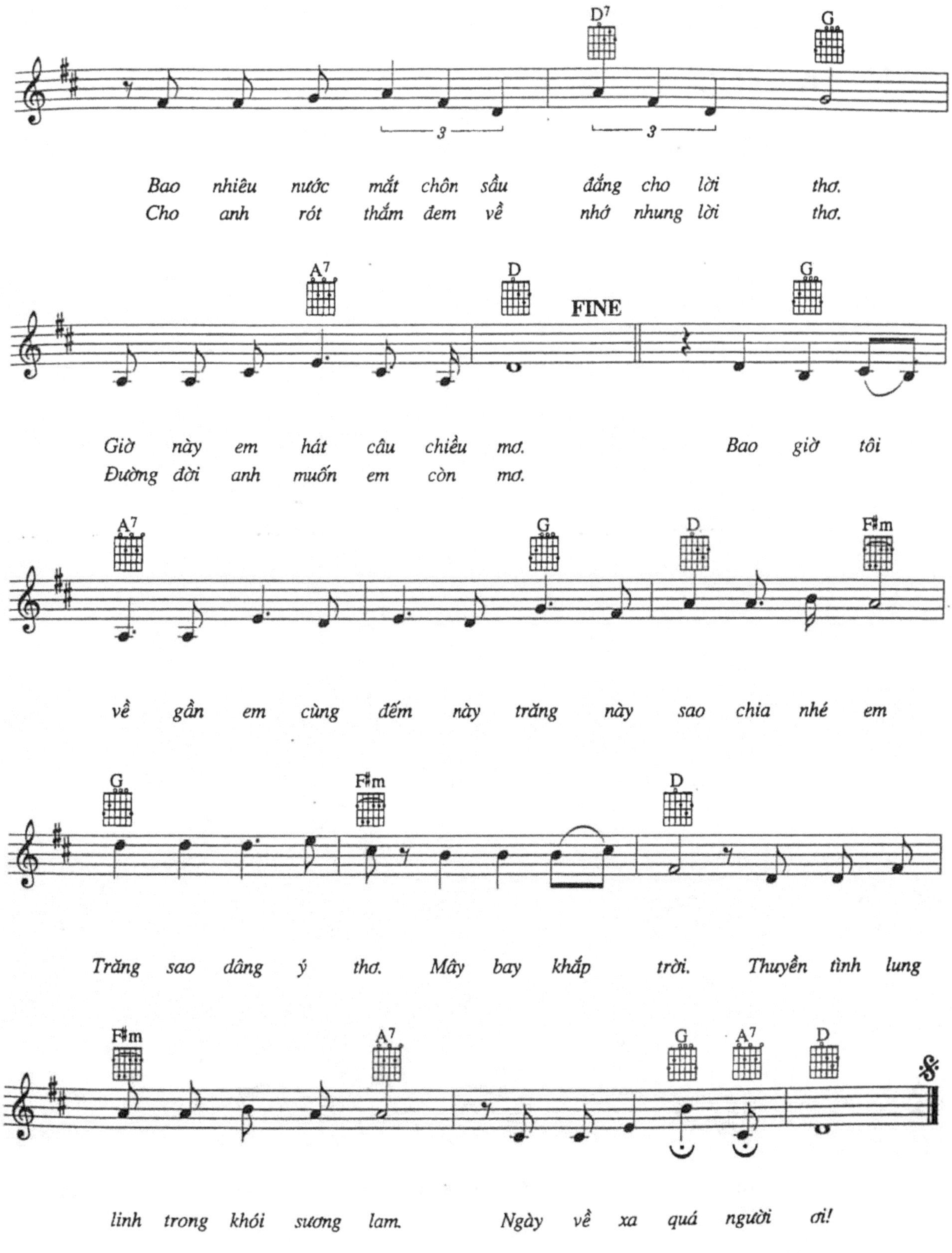
D7 G
Bao nhiêu nước mắt chôn sầu đắng cho lời thơ.
Cho anh rót thắm đem về nhớ nhung lời thơ.
A7 D FINE G
Giờ này em hát câu chiều mơ. Bao giờ tôi
Đường đời anh muốn em còn mơ.
A7 G D F#m
về gần em cùng đếm này trăng này sao chia nhé em
G F#m D
Trăng sao dâng ý thơ. Mây bay khắp trời. Thuyền tình lung
F#m A7 G A7 D
linh trong khói sương lam. Ngày về xa quá người ơi!

Em Và Nhớ

Đàlat, Hè 1968

Đăng Khánh

E♭ A♭ G7 G7 E♭
mê cơn mộng về cơn mộng về Đường tình quên lối xưa ân
Cm G7 A♭ Cm
cần Đường tình quen nghĩa trang âm thầm Những
Cm E♭ A♭ Cm
chiều không có em Nhớ nhiều anh ước mong Đồi
Cm G7 G7 Cm
chiều ta chung bước Tóc mình vương lá vàng Giáng
A♭ Fm G7 Dm7(♭5)
chiều trong mắt em Từ hoàng hôn buông xuống
Dm7(♭5) G7 Cm
D.S. al Fine
Anh vẫn thầm gọi "Em".

EM VỀ MÙA THU

NHẠC VÀ LỜI : NGÔ THỤY MIÊN

A E E7 A
tan. Se sắt làn môi mềm héo úa bờ vai gầy kỷ niệm giăng muôn
E F♯m D E7
nơi. Nhịp sầu vương khắp lối. Nghe hoang phế rã rời Nghe mùa Thu lá
A D A A C♯m
rơi. Xin một lần cuối lệ khóc cho người
F♯m A7 D F♯
Những vòng tay ấm trả hết cho đời.
Bm E7 A F♯m
Em về bên ấy giấc mơ phai tàn. Nhạt nhòa phấn sắc hương võ
Bm E7 A
vàng. Và ngày tháng âm thầm mãi trôi.

Em Về Qua Bến Bắc

Thanh Sơn

C Dm Am
em nghĩa tình mặn nồng, yêu thương rót mật vào lòng.
C Em D
Đồng ruộng xanh bát ngát, giòng sông sâu gió mát. Gió
A E E7 A
đưa cây cải về trời, rau răm ở lại chịu đời đắng cay. Mai
C Am F D
về khi xa bến bắc, gởi lại sau lưng nước mắt. Người đi nhớ câu hẹn
Am D Am
thề, tình quê nhớ nhau trở về. Người đó ta còn
D Am C
đây, thương đong đầy, tìm chẳng thấy. Biết ai duyên nợ, nhịp cầu nối liền giấc
G E7 Am
FINE
mơ. Dẫu chín trăng em đợi, mười thu lòng em vẫn chờ.

www.ingramcontent.com/pod-product-compliance
Lightning Source LLC
LaVergne TN
LVHW080923071026
849535LV00013B/4085

* 9 7 8 1 9 8 9 7 0 5 0 2 5 *